వన్యా

మెర్నా గ్రాంట్

వన్య

రచయిత్రి
మెర్నా గ్రాంట్

అనువాదం
శ్రీమతి ఆలిస్ మేరీ

ప్రచురణ
జీవన్ జ్యోతి ప్రెస్ & పబ్లిషర్స్
మిషన్ హైస్కూల్ రోడ్డు, నరసాపురం - 534 275
ప.గో. జిల్లా, ఆంధ్ర ప్రదేశ్, ☎ 08814-274607

VANYA

Myrna Grant

© Creation House 1974

First Published in The United States by Creation House and Translated into Telugu by Mrs. Alice Mary with kind permission.

1st Edition	May 1978
6th Edition	Feb 2005
7th Edition	Feb 2007
8th Edition	Feb 2009
9th Edition	Apr 2010
10th Edition	Jan 2012
11th Edition	Feb 2014
12th Edition	Mar 2015
13th Edition	Jun 2017
14th Edition	Mar 2023

Price: Rs. 90-00

Printed & Published by Dr. K. Wilson
at Jeevan Jyothi Press & Publishers
M.H.S.Road, NARSAPUR - 534 275
W.G. Dt., A.P. ☎ 08814-274607

4

అశ్రుతాంజలి

ప్రాణాల్ని పణంగా పెట్టి ఈ గ్రంథ అవతరణకు కావలసిన భోగట్టా అంతటినీ అందజేసిన సోవియట్ యూనియన్, పశ్చిమ దేశాల సోదరీ సోదరులకు అభిమానంతోనూ, కృతజ్ఞతతోనూ దీన్ని అంకితం చేసికొంటున్నాను.

వారిలో కొందరు ఈ వివరాలు అందజేసినందుకు ఇప్పడు చెరసాలల్లో మ్రగ్గిపోతున్నారు. బహుశా వారీ గ్రంథాన్ని ఇంకెప్పడూ చూడకపోవచ్చు.

మాస్కో వీధిలో వర్షం కురుస్తున్నా, ప్రాణాపాయం నలు దిశలా ఆవరించి యున్నా లెక్కచేయక, ఆ వర్షంలోనే వచ్చి, అలా నిల్చుండి ఒక రష్యా సైనికుడు అందజేసిన అంశాలకు నా ధన్యవాదాలు. ఆయనకు నేనిచ్చిన క్రొత్త నిబంధనను మెరుస్తున్న కళ్ళతో కృతజ్ఞతా పూర్వకంగా స్వీకరిస్తూ, "ఇంతటి అమూల్య కానుక ప్రపంచంలో మరోటి లేదు" అన్నాడు.

- రచయిత్రి

"మన దుష్టత్వాన్ని పైకి చెప్పకోక, అది ఎవరికీ ఏ రూపంలోనూ కనిపించకూడదని విధంగా మౌనం వహిస్తూ, దాన్ని ఇంకా ఇంకా లోతుకు పాతిపెడుతూ అదిమిపెడితే అది శీఘ్రగతిని పైకి మొలకెత్తి వేయిరెట్లు అధికంగా విస్తరించేందుకు మనం దోహదం చేసినట్లవుతుంది."

అలెగ్జాండర్ సోల్జనిట్సన్

'గులాగ్ అర్ఖిపెలగో' నుండి

ముందుమాట

అతడో పడుచు సైనికుడు. 1972 జూలై 16న హఠాత్తుగా మరణించాడు. అతడొక క్రైస్తవ సంఘ సభ్యుడు. అతడు దారుణమైన హింసానంతరం మరణించాడు. ఆ మరణం ఎందుకు, ఏ విధంగా సంభవించిందో ఈ సంచలనాత్మకమైన పుస్తకంలో వివరించ బడింది. ఈ పుస్తకంలో వివరించిన నగ్నసత్యాలను నిరూపించే డాక్యుమెంట్లు “సెంటర్ ఫర్ ద స్టడీ ఆఫ్ రెలిజియన్ అండ్ కమ్యూనిజమ్”లో భద్రపరచబడ్డాయి.

అసాధారణమైన వన్యా మరణం యావత్ప్రపంచంలోని కోట్లాది ప్రజానీకం దృష్టిని సోవియట్ యూనియన్ మత ప్రవృత్తి వైపు మళ్ళించింది. బాప్టిస్టు సంఘానికి చెందిన ఈ యువకుని హత్యలాంటి సంభవాలు ప్రతిరోజూ జరిగేవి కావు. 1964లో సైబీరియా జైలులో మరణించిన నికొలైక్మారా హత్యతో వన్యా హత్యను జతపరిచారు అతని సంఘస్థులు. ఈ ఇద్దరు హతసాక్షుల జీవితాలపై రష్యాలోని బాప్టిస్టు సంఘ యువకులు పద్యాలు కట్టి ఇతర విశ్వాసుల ప్రోత్సాహం కోసం వాటిని చదువు తుంటారు. వన్యా మోషియేవ్ కు సంభవించిన మరణంలాంటి మరణం అందరికీ సంభవించకపోయినా గాని క్రైస్తవుని కర్తవ్యాన్ని స్పష్టంగా చూపిస్తూ - మంచికోసం నిలబడాలని ఆశించే ప్రతి వ్యక్తిని ప్రోత్సహించే కథనం ఇది.

(Bolshevik Revolution) బొల్షివిక్ విప్లవం నుండి కూడా రష్యా తన మత వ్యతిరేక భావాన్ని మార్చుకోలేదని ఋజువౌతుంది. హింసా యుతమైన హత్యాకాండ, చమత్కార బోధనా విధానాల మధ్య నడుస్తుంది వారి ఎత్తుగడ. అంతేగాని మతనిష్ఠగల వారినందరినీ నిర్మూలించాలన్న ప్రతిపాదనను సోవియట్ నాయకులు ఎన్నడూ ఉపసంహరించుకోలేదు.

ఈ కఠినమైన నాస్తిక పోరాటం సోవియట్ యూనియన్‌లోని సంఘాలన్నింటిని బాధించింది. 1917 తరువాత కొన్ని సంవత్సరాల పాటు పురాతనంగా సుస్థాపితమైన ఆర్థొడాక్స్ చర్చి ఈ నాస్తిక పోరాటంవల్ల పూర్తిగా దెబ్బతిన్నది. అదే సమయంలో బాప్టిస్టు తదితర సంఘాలు దాదాపుగా స్వాతంత్ర్యాన్ని అనుభవిస్తూ సంపూర్తిగా దాన్ని సద్వినియోగం చేసుకున్నాయి. కాని త్వరలోనే స్టాలిన్ పటిష్ఠంగా పరిపాలనంతటిని తన కబంధ హస్తాల్లోకి తీసుకోవడం వల్ల ఈ హింసాయుతమైన గాలి అన్ని సంఘాలను తాకింది.

1930 సంవత్సరం నుండి సుమారు ఒక దశాబ్దకాలం వేలకొలది క్రైస్తవులు స్టాలిన్ హస్తాల్లో నలిగి నశించారు. కాని రెండవ ప్రపంచ యుద్ధం అనుకోకుండా పరిస్థితుల్ని తారుమారు చేసింది. దేశం పరిపరి విధాల నష్టపోతుండగా, ప్రభుత్వం ప్రజలనుండి సంపూర్ణ సహకారాన్ని ఆశించింది. దేశభక్తిని పురిగొల్పి, క్రైస్తవ సంఘాలు, వారి సభ్యులు జాతీయ సహకారాన్ని అందించవలసిందని ప్రభుత్వం ఆదేశించింది. స్టాలిన్ కొందరు సంఘ నాయకులతో సంప్రదింపులు జరిపి సంఘం మీదనున్న ఒత్తిడి కొంతవరకు తగ్గించడానికి సమ్మతించగా మతం అనేది దేశాధికారుల నందరినీ సంభ్రమ పరచేటంతగా పునరుద్ధరించబడింది.

కాని ప్రభుత్వం యొక్క ఈ నూతన విధానం ఎక్కువకాలం నిలువలేదు. క్లిష్ట పరిస్థితులు చక్కబడగానే పాత కిరాతక చర్యలు తిరిగి ప్రారంభ మయ్యాయి. అప్పుడే వచ్చాడు కృశ్చేవ్. 'ఉదార స్వభావుడు' అనే బురఖా ధరించి ఉండి కూడా క్రైస్తవ్యానికి వ్యతిరేకంగా ఓ దుష్టపోరాటాన్ని రేకెత్తించగా అది 1959 నుండి కృశ్చేవ్ పరిపాలన ముగిసేంతవరకు, అంటే 1964 వరకు నిలిచిపోయింది. నిష్ఠగల పురాతన సంఘాలలో సగం అతని పరిపాలనలో మూసివేయబడ్డాయి. బాప్టిస్టులకు కూడా ఆ సమయంలో మళ్ళీ శ్రమలు ఎదురయ్యాయి.

ఆ రోజుల్లో కొన్ని చట్టాలు నూతనంగా అమలులోనికి వచ్చాయి. అవి బాప్టిస్టు సంఘ పెద్దలనుండి వచ్చినట్లు కనిపించినా అవి ప్రభుత్వం యొక్క ఒత్తిడి వల్ల నియమించబడ్డాయని స్పష్టంగా తెలిసిపోయింది. ఈ దుస్థితి వల్ల బాప్టిస్టు విశ్వాసులలో ఓ గొప్ప కలవరం చెలరేగింది. పరిస్థితులు చక్కబెట్టేందుకుగాను ఒక సమాజం నియమించబడాలని కోరుతూ కొందరు ఏకీభవించారు. ఈ ఉద్దేశం సఫలం కాకపోగా, చివరకు 1956 లో బాప్టిస్టులు రెండుగా చీలిపోవడం సంభవించింది.

1965 లో ఈ విధంగా సవరణ కోరి విడిపోయిన సంఘం ఈనాటికీ చట్టవిరుద్ధమైన సంఘంగా మిగిలిపోయింది. ఈ గుంపు "కౌన్సిల్ ఆఫ్ చర్చెస్ ఆఫ్ ఇవాంజిలికల్ క్రిస్టియన్స్ (లేక) బాప్టిస్టు్స" అనే పేరుతో పిలువబడుతుంది. వన్యా మోషియేవ్ ఈ సంఘానికి చెందినవాడే. పరిస్థితులతో రాజీ పడకుండా నిలువగలిగిన భక్తి క్రీస్తుపట్ల ఉండాలనీ, ఎడతెగక ఆత్మీయంగా ఉజ్జీవింపబడాలనీ, సువార్త ప్రకటన ఎల్లవేళలా జరగాలనేవి ఈ సంస్థ మూల సూత్రాలు. సోవియట్ విశ్వాసులపట్ల జరగాలని ఆశిస్తూ వారు లెనిన్ ప్రతిపాదించిన తొలి ఆదేశాల అమలుకు సోవియట్ రాజ్యాంగానికి విజ్ఞప్తి చేస్తూనే ఉన్నారు. కాబట్టి వీరు అనేక విషయాల్లో "సోవియట్ మానవ హక్కుల పోరాటం"తో ఏకీభవిస్తూ, దానిలో ఒక భాగంగా ఎంచబడుతున్నారు. అందుచేత ఆ వెనుక సంభవించిన U.S.S.R. మానవహక్కుల పోరాటాన్ని ఇది రగుల్కొల్పిందని చెప్పవచ్చు. ఈ పోరాటం ఇటీవలి సంవత్సరాల్లో వార్తాపత్రికల్లో ప్రథమ స్థానాన్ని ఆక్రమిస్తోంది. మొట్టమొదటిగా బాప్టిస్టులు పెద్దపెట్టున, అనధికార పత్రాల్ని, పట్టీలను తమ జీవిత సమస్యలను తెలియజేసే క్రమబద్ధమైన పత్రికలను తయారుచేశారు. సోవియట్ యూనియన్‌లో బంధింపబడ్డ తమ సభ్యుల జాబితాలను, నమ్మశక్యం గానంత వివరంగా వారి పరిస్థితిని వందల కొలది లేబర్ క్యాంపుల చిరునామాలతో సహా పత్రికలు తయారుచేసి బాప్టిస్టు సంస్థ

మాత్రమే వాటిని విడుదల చేస్తోంది. ఈ వివరాలు నాగరిక సోవియట్ సమాజాన్ని గురించి పరిశీలనజరిపేవారికి అమితమైన సహాయాన్ని అందించాయి. సోవియట్ యూనియన్‌లో ప్రభుత్వంతో భిన్నాభిప్రాయాలు కలిగి ఉండి గుప్తంగా ఒక ప్రింటింగ్ ప్రెస్‌ను నడిపించ గలిగినవారు కేవలం బాప్టిస్టులు మాత్రమే. ఆ ప్రెస్‌ను 'క్రైస్తవుడు' అని పిలుస్తారు. ఈ ముద్రణా యంత్రం 1971 నుండి, లేక ముందునుండి కూడా రహస్యంగా పనిచేస్తున్నది.

ఇట్టి వాతావరణంలో వన్యా మోషియేవ్ పెరిగాడు. దీన్నిబట్టి వన్యా మోషియేవ్ హత్యను అర్థం చేసుకోవచ్చు. అధికారంలో గల కొందరి భయాన్నీ, కోపాన్నీ వివరించే అమానుష కార్యం అది. ఎడతెగని మత వైరుధ్యం, దానిలోనుంచి బయటికి వచ్చే హింసాకాండను గురించి ఈ హత్య చూపిస్తుంది. స్టాలిన్, కృశ్చేవ్‌ల దినాల్లో జరిగిన మత వ్యతిరేక పోరాటాలు మళ్ళీ ఎప్పుడూ సంభవింపరాదనే మనం ఆశించాలి. ఈ పుస్తకాన్ని చదివి, రష్యాలోని క్రైస్తవుల పట్ల చింత, వారి క్షేమం కొరకైన ఆశ కలిగియుండే వారి ప్రయత్నాలు ఇటువంటివి జరగకుండా కాపాడగలవని తలుస్తున్నాను.

మైకేల్ బోర్డో

డైరెక్టర్,
సెంటర్ ఫర్ ద స్టడీ ఆఫ్ రెలిజియన్ అండ్ కమ్యూనిజమ్
చిజిల్ హోస్ట్, కెంట్
ఇంగ్లాండు

మీకు తెలుసా?

సర్కస్ శిబిరంలోనుంచి సెలవులు గడిపేవాళ్లు గుంపులు గుంపులుగా బయటికొస్తున్నారు. వారిలో తూర్పు ఆసియా నుండి, సోవియట్ దేశపు నలుదిక్కుల నుండి వచ్చిన టూరిస్టులు కూడా ఉన్నారు. మెరుస్తున్న కళ్ళతో చిన్న పిల్లలు, విద్యార్ధులు, కుటుంబాలు తమాషాగా అటు ఇటు తిరుగుతున్నారు. దక్షిణ రష్యా యొక్క వేడిని కప్పిపెడుతూ ప్లాజా సర్కస్ ఫౌంటెన్లు చల్లదనాన్ని వెదజల్లుతున్నాయి. ఆ జనసందోహంలో భయాందోళన చెందిన ఒక వ్యక్తి తాను కలుస్తానని వాగ్దానం చేసిన అమెరికన్ స్నేహితుల కోసం నలుదిక్కులూ వెదుక్కుంటూ త్వరత్వరగా నడుస్తున్నాడు.

ఆ ముందురాత్రి పది లక్షల జనాభా గల ఆ పట్టణంలో ఉన్న ఒకే ప్రార్థనా మందిరంలో కూర్చుండి దేవుని గొప్ప శక్తిని గురించి అతడొక ఉత్తేజకరమైన ప్రసంగం చేయుగా విన్నాడు. తమ విశ్వాసాన్ని నిలుపుకొనేందుకు సర్వస్వాన్ని త్యజించిన డేవిడ్ లివింగ్‌స్టన్, డోస్టోవ్‌స్కీలను ఉదహరించి చెప్పాడాయన.

ఇప్పుడు ఇంకా ఇరవై నాలుగు గంటలైనా కాకముందే కె.జి.బి. వారు అతని ప్రతి చలనాన్ని గమనించ నారంభించారని అతనికి తెలుసు. మరునాడు కలుసుకుని మాట్లాడాలని కూటం ముగిసాక తీసుకున్న ఓ రహస్య తీర్మానం కారణంగా ఇప్పుడాయన తన కుటుంబం మీదికి, తన సంఘం మీదికి, తన అమెరికన్ స్నేహితుల మీదికి ఏం ముప్పు తీసుకొస్తాడోననే ఆతురత అతణ్ణి వేధిస్తూ ఉంది.

ఆ భయపూరిత క్షణాల్లో అక్కడ ప్లాజా మీద ఆయనతోపాటు నేను కూడా సోవియట్ క్రైస్తవుడు అనుభవించే అధోనాగరికతలో మునిగి పోయాను. నేను భయంతో చలించిపోయాను. పాస్టరుగారు ఆత్రంగా పిచ్చివానిలా, "నేను మాట్లాడనేను, నన్ను వెంబడిస్తున్నారు. దేవుడు నిన్ను

దీవించును గాక. ఇక సెలవు" అన్నారు. అంతే, క్షణంలో జనంలో కలిసిపోయాడు. ఏం? ఇద్దరు అమెరికన్ క్రైస్తవులు ఒక రష్యా పాస్టరు ఏదో మాట్లాడుకోవాలంటే వెంటనే రహస్య పోలీసులు ఎందుకు ఆ విషయం పట్టించుకోవాలి?

అదే సమయంలో వన్యాను గూర్చిన పుస్తకం ప్రచురింపబడాలన్న తలంపు నాకు కలిగింది. అతని గాథ కొంచెం బలపర్చబడ్డ ప్రతి సోవియట్ క్రైస్తవుని గాథకు సరిపోతుంది. సాధువులైన, దీనులైన పౌరులు భయానికి, సందిగ్ధానికి, భద్రతకు, త్యాగానికి అసాధారణమైన సాహసానికి, సహనానికి, విజయానికి చిహ్నాలుగా కనిపిస్తారు.

రష్యా దేశంలో వన్యా గురించి అడిగేందుకు అవకాశం లేదు. ఎందుకంటే రహస్య పోలీసువారు ఈ పుస్తకంలో ముద్రించబడ్డ ఆధారాలను పట్టుకోవడానికీ, పాడుచేయడానికీ ఎడతెరిపిలేని కృషిచేస్తూ, అతని విషయం ప్రస్తావించే విశ్వాసులను బెదిరిస్తూ, బంధిస్తూ ఉండేవారు. అలాటి అపాయం ముందున్నా గాని ఆ విషయం మాట్లాడేందుకు ఆతురత చూపేవారు విశ్వాసులు. "వెర్నో, వెర్నో" (ఇది నిజం, నిజం) అని చెబుతూ అనేకమంది స్త్రీ పురుషులు కంటతడి పెట్టుకొనేవారు. ఏ పట్టణంలోనైనా నేనడిగిన ప్రతిచోట వన్యా వృత్తాంతం ఆసాంతం అందరికీ తెలిసిందే.

సైబీరియాలోని ఒమెస్క్ నుండి వచ్చిన యౌవనురాలు రసాయనిక ఇంజనీరు ఫ్యాక్టరీలో ఓ అనివార్య రాజకీయ కూడిక జరిగిందని, దాన్లో వన్యా మరణాన్ని గూర్చి వ్రాకిన 'తప్పుడు ప్రచారాలు' త్రోసిపుచ్చి అధికారయుక్తమైన సమాచారం తయారు చేయబడిందని చెప్పింది.

జార్జియన్ రిపబ్లిక్‌లోని ఓ పార్క్ బెంచిమీద మధ్యవయస్సు స్త్రీతో కూర్చున్నాను. ఆమె ఏడ్చినందువల్ల కళ్ళు ఎరుపెక్కి ఉన్నాయి. ఆమెను కలుసుకోవాలని ముందుగా ఏర్పాటు చేశాను. అందుచేత గొప్ప దుఃఖంతో ఉన్నప్పటికీ ఆమె నన్ను కలుసుకునేందుకు వచ్చింది. ఆ ముందు రాత్రి ఆమె ప్రార్థనా గృహంలో ఉండగా రహస్య పోలీసువారు ఆమె ఇంటిని

తనిఖీ చేయడం జరిగింది. వారు వన్యాను గూర్చిన ఆధార పత్రాల కోసం వెదికారు గాని, వారికేమీ దొరకలేదు (ఆ ముందు రోజే వాటిని ఎవరికో ఇచ్చేసింది). వారికి అవసరమైనవి వారికి దొరక్కపోగా ఆమె దగ్గరున్న కొద్దిమాత్రపు వేదవాక్య భాగాల్ని తీసుకొనిపోయారు. ఈ వృత్తాంతం అణపబడిన చిన్న స్వరంతో చెప్పి, "భయంకరం" అని వాపోయింది. పశ్చిమ యూరప్‌లో మాల్దేవియాలో వన్యా సంఘానికి ముందు పాస్టరుగా ఉండిన వ్యక్తి జర్మనీలో సమీప బంధువులతో గడపడానికి అనుమతించబడి అక్కడినుండి వన్యా నిశ్చలమైన విశ్వాసాన్ని గురించి చెప్పాడు. వన్యా అంత్యక్రియలకు హాజరైన మరియొక విశ్వాసి కూడా అక్కడ కలిశాడు. ఆ ఇద్దరు కూడా ఈ పుస్తకం వ్రాయబడేందుకు ఏ విధమైన సహాయమైనా చేయగలమన్నారు. చెప్పాలంటే ఈ ఇద్దరూ, నేనూ, మాట్లాడిన వారంతా వారి స్వంత శ్రమానుభవాలు కూడా ఓ పెద్ద కథగా చెప్పగలరు.

అలెగ్జాండర్ సోల్జనిట్సన్ అనే రష్యన్ రచయిత సోషలిస్టు రష్యాలో మానవ హక్కులు ఏ విధంగా అణపబడతాయో ప్రపంచం దృష్టికి తీసుకొని రావడానికి ప్రయత్నం చేస్తున్నాడు. U.S.S.R. లో పోలీసు బెడదను తృణీకరించి ఆలోచనలకు, ఆలోచనలు బహిర్గతం చేయడానికి స్వేచ్ఛ కావాలని వాదించే "విభేద విప్లవం" (Dissident Movement) అనే విజ్ఞానవేత్తల గుంపులో ఈయన పేరెన్నిక గన్నవాడు. సోవియట్ రష్యా గుట్టు బయటపెట్టే "ది గులగ్ అర్కిపెలాగో" అనే ఆయన పుస్తకం పారిస్‌లో ముద్రించబడిన పిదప సోవియట్ గవర్నమెంటు ఆయనను దేశ బహిష్కరణ గావించింది.

సోవియట్ యూనియన్‌లో మరియొక సాహసోపేతమైన వ్యతిరేక విప్లవం కొనసాగుతుందని బయటి ప్రపంచానికి తెలియదు. అది యు.ఎస్.ఎస్.ఆర్. అంతటా అణపబడి శ్రమలపాలైన సువార్తిక సంఘాల నుండి లేచిన విప్లవం. కొన్ని సంఘాలు ఒంటరిగానే వ్యతిరేకిస్తున్నాయి. 1964 నుండి మాస్కోలో "ఖైదీ బంధువుల సమాఖ్య"

(The Council of Prisoners Relatives) అనే ఒక సంస్థ పనిచేస్తూ ఉంది. ఈ సంస్థ మత స్వేచ్ఛ కొరకు నివేదిస్తూ, U.S.S.R. లోని క్రైస్తవ విశ్వాసులను కించపరచడం, హింసించడం, బంధించడం లాంటివాటిని పూర్తిగా వ్యతిరేకిస్తుంది.

కాని సోల్జనిట్సన్ వలె అంతర్జాతీయ ప్రచురణలాంటి భద్రత వీరికి లేదు. ఈ సంస్థకు చెందిన నాయకులు అనేకమంది యథాలాపంగా బంధించబడటమో, దేశ బహిష్కరణ గావించబడడమో జరుగుతుంది. ఆ భర్తీలు పూరించే సాహసవంతుల తెగకు చెందిన నాయకులు ముందుకు వచ్చి ఈ సంస్థ కార్యక్రమాలు కొనసాగిస్తుంటారు.

ఇవాన్ వాసిలీవిచ్ మోషియేవ్[1] తల్లిదండ్రులు ఈ సంస్థ సహాయాన్ని అర్థించారు. ఈ సంస్థ ప్రయత్నం ఫలితంగా అతని వృత్తాంతం పశ్చిమానికి చేరింది. ఈ సంస్థలోని సభ్యులు వన్యా మరణాన్ని వ్యతిరేకించి తమ స్వేచ్ఛను, జీవితాలను కోల్పోయారు.

ఈ విధంగా సంపూర్ణ సమాఖ్య (Totalitarian) సమాజంలో కనీస మానవ హక్కులను అభ్యంతరపరిచే విధానాన్ని యావత్ప్రపంచంలోని సుమనస్కులైన మానవులంతా విమర్శిస్తున్నారు. కాని అంతటితో సరిపోతుందా? ఈ విధంగా అణగగొట్టబడుతున్న నిర్భాగ్యుల పక్షంగా నిలిచే స్వేచ్ఛాపరులంతా వారి స్వేచ్ఛ కోసం బలమైన, పరిపూర్ణమైన విప్లవ పూరితమైన విప్లవాన్ని లేవనెత్తాలి.

పత్మసు ద్వీపంలో యోహాను "నీవు చూచుచున్నవాటిని గ్రంథములో వ్రాయుము" అని పలికిన స్వరాన్ని గుర్తించి వన్యా (ఇవాన్ ముద్దు పేరు) వృత్తాంతం వ్రాయడం జరిగింది. అదే స్వరం "మీరు వినువారు మాత్రమేగాక వినుదాని ప్రకారము చేయువారునై యుండుడి" అంటుంది.

---

[1] రష్యా దేశపు పేరులో మధ్య పదం తండ్రి యొక్క పేరుకు 'కుమారుడు' లేక 'కుమార్తె' అని కలిపి ఉంటుంది. కుమారుడైతే 'వీచ్', కుమార్తెకు 'ఓవా' అని వ్రాస్తారు. ఇవాన్ వాసిలీవిచ్ అంటే వాసిలీ కుమారుడైన ఇవాన్ అని భావం. (బైబిలులో 'యెష్షయి కుమారుడైన దావీదు' అని వ్రాయబడినట్లు)

అధ్యాయం 1

* "గుండెల్లోంచి వచ్చే దుఃఖం గుడ్డివాడికి కూడా కన్నీళ్ళు రప్పిస్తుంది"

జోహన్న కాన్‌స్టాంటినోవా మనసులో శవపేటిక ఇప్పుడే రాకుంటే మంచిదని ఆశించింది. పదిహేడవ తేదీన మిలిటరీ నుండి టెలిగ్రాం వచ్చింది మొదలు అన్నిటికంటే ఎక్కువగా ఈ సమయాన్ని ఆలోచించి భయకంపితురాలైంది. ఏడ్చినందువల్ల వాచిన కండ్లను బరువుగా హాల్లోని జనసమూహంలో నిలుచున్న తన భర్త వాసిలీ ట్రోఫిమోవిచ్ వైపు మళ్ళించింది. తమ ఇంటి ముంగిట గదిలో చాలామంది సోదరులు క్రిక్కిరిసి ఉన్నారు. వారి ముఖాలు బహు గంభీరంగా ఉన్నాయి. ఆమె భర్త ముఖం మాత్రమే నేలకొరిగింది.

వారు వేచియున్న క్షణం రానే వచ్చింది. వన్యా యొక్క శవపేటికను రైలు స్టేషను నుండి తీసుకువచ్చిన ట్రక్కు మట్టి రోడ్డుమీద నెమ్మదిగా ఆగింది. జూలై నెల వేడిమి వల్ల నిశ్చలంగా ఉన్న లేసు పరదాలోనుండి ట్రక్కు వెనుకే మిలటరీ వ్యాను కూడా ఆగడం గమనించింది జోహన్న. సోవియట్ సైన్యానికి సంబంధించిన ముగ్గురు మట్టి రంగు యూనిఫారంలో వరుసగా నిలువబడి ట్రక్కులోనుండి వన్యా యొక్క శవపేటికను నెమ్మదిగా సహోదరుల భుజాల మీదికి దింపించారు. ఆమె కుమారుడు సిమెయోను ప్రహరీ గేటు ద్వారా ఇంటిలోకి దారి చూపాడు.

తాను ఏం అయిపోతానోనని జోహన్న ఇంతవరకు భయపడిందో ఆ భయం సైనికులను చూడగానే పోయింది. తన కుమారుని శవాన్ని

---

* ప్రతి అధ్యాయం ఒక రష్యా సామెతతో ఆరంభమవుతుంది.

చూసి ఏడ్వడం, స్పృహ కోల్పోవడం జరగడానికి వీల్లేదు. క్లిష్ట పరిస్థితుల్ని ఎదుర్కోవడానికి తనకున్న ఆత్మబలం అంతా కూడబెట్టుకోవాలి. ఆమె తన భర్త కళ్ళల్లోకి చూసింది. ఆయన కూడా దానికోసం సిద్ధంగా ఉన్నాడు. ఏదో దైవికమైన శక్తి ఆయనలో ఉన్నట్టుంది.

ఇద్దరు ఆఫీసర్లు, ఒక యువక సైనికుడు ముభావంగా గదిలోకి ప్రవేశించారు. ద్వారం దగ్గర వంగి లోపలికి వస్తూనే ఆ హాల్లో అకస్మాత్తుగా పరిణమించిన ఈ వాతావరణంలో వారి రాకను ఎవరు అభిలషించరని గ్రహించి ఇరకాటంగా భావించారు. హాల్లో ఉన్న ఆ గ్రామస్థులు విడివడి ఓ చిన్న త్రోవ వాసిలీ నిలువబడి ఉన్న స్థలం వరకు ఏర్పాటు చేశారు. వన్యా స్నేహితులైన నలుగురు యువకుల చేత మోయబడి శవపేటిక ముందుకు వచ్చింది. ఆ పెట్టె యొక్క ఖరీదైన లోహపు మెరుపును, ఆ పెట్టె పరిమాణాన్ని చూసి జోహన్న ఆశ్చర్యపడింది. ఆమె సిద్ధం చేసిన బల్లమీదికి పేటిక దించబడుతుంటే వాసిలీ కొంచెం వెనుకకు జరిగాడు. ఆ గదిలో ఉన్న స్త్రీలలో చాలామంది నల్లని ముసుగులు ధరించి నుదిటి వరకు వాటిని కప్పుకున్నారు. వారిలో కొందరు తెల్లని రుమాళ్ళతో ముఖం కప్పుకొని ఏడ్వడం ప్రారంభించారు.

శవపేటిక గట్టిగా మూయబడి సోవియట్ సైన్యపు గుర్తులతో ముద్రించబడి ఉండడం గమనించింది జోహన్న. మిలిటరీ సీనియర్ ఆఫీసర్ ప్లాటనోవ్ భయంతో గొంతు సవరించుకొని, కొంచెం వంగి ఇలా ప్రారంభించాడు, “లెఫ్టినెంట్ కొలొనెల్ వి. మాల్సిన్ గారి తరుపున, 61968 టి. యూనిట్‌కి సంబంధించిన ఆఫీసర్లు, మరియు సభ్యుల తరుపున ప్రైవేట్ వన్యా వాసిలీవిచ్ మోషియేవ్ యొక్క తల్లిదండ్రులకు, బంధు మిత్రులకు ఈ యువక సోవియట్ సైనికుని దుర్మరణ సందర్భంగా మా సంతాపం తెలియజేస్తున్నాం.” అసౌకర్యంగా ఒక్కొక్కరి ముఖాల్లోకి చూశాడు. అందరూ అలాగే తనవైపు చూస్తున్నారు.

జోహన్న తాను కప్పుకున్న శాలువా లోపల, వన్యా తన మరణానికి కొద్దిరోజుల ముందుగా పంపిన ఉత్తరాలను భద్రపరచింది. ఆ ఉత్తరాలపై ఉన్న ఎర్రని ముద్రలోని తేదీల ప్రకారం 1972, జూన్ 15, జూన్ 30, జూలై 9,14,15. వరుసగా వాటిని అమర్చింది. శవం దగ్గర ప్రదర్శించ బడుతున్న ఆ వేషధారణకు వ్యతిరేకంగా ఆ తేదీలు మొరపెడుతున్నట్టు అనిపించింది ఆమెకు. ఆమె కళ్ళు భగ్గుమన్నాయి.

"మా కుమారుని శవాన్ని మేం చూసితీరాలి" అని స్థిరంగా అన్నాడు వాసిలీ.

"అవసరం లేదుగా" ఆశించిన దానికంటే సూటిగా అన్నాడు ప్లాటనోవ్. ఆ స్వరం ఆ గదిలోని కొంతమంది యొక్క శిరాల్ని అదరగొట్టి పైకి లేపింది. "మీ కుమారుని శవాన్ని మీరు, మీ కుమారుడు సిమియోను ఇంతకు మునుపే కెర్చి అనే స్థావరంలో గుర్తు పట్టారుగా", చేతి రుమాలుతో ముఖం తుడుచుకొని నెమ్మదిగా, "ఈ హటాత్సంఘటన మీకు, మీ భార్యకు ఇప్పటికే చాలా దుఃఖాన్ని కలిగించింది. మించిన కష్టాలు కొనితెచ్చుకోకుండ మీరు జాగ్రత్తపడితే మంచిది" దాదాపు గుసగుసలాడుతున్నట్టు మాట్లాడు తున్నాడు ప్లాటనోవ్. "నీట మునిగి మరణించినపుడు... ఒక వ్యక్తి... రూపం... చాలా వికృతంగా ఉంటుంది గదా."

ఇంతలో జోహన్న భర్త ప్రక్కకు చేరుకుంది. "కామ్రేడ్ ఆఫీసర్..."

"ప్లాటనోవ్..."

"ప్లాటనోవ్, నేను వన్యా తల్లిని. ఆ శవపేటిక తప్పక తెరవాలని నేను నొక్కి చెబుతున్నాను. నా కుమారుణ్ణి నేను చూసితీరాలి. కెర్చికి మేము వచ్చినా కూడా మాకు శవాన్ని చూపెట్టలేదు. అందుచేత మేము శవాన్ని చూడాలి. అంతేకాదు, అతణ్ణి సామాన్య వస్త్రాలతో సమాధి చెయ్యాల్సి ఉంది. అది మా హక్కు" అంది జోహన్న.

ఓ గెడ్డపార వాసిలీ చేతికి అందించబడింది. ప్లాటనోవ్ వంగి, మిగిలిన

ఇద్దరు కామ్రేడ్‌లతో ఏదో గుసగుసలాడాడు. ఈలోగా పెట్టెను తెరవడానికి వాసిలీ గెడ్డపారను దాని మూతకు తగిలించాడు. ప్లాటనోవ్ చేతితో ఆ పనిని నివారించి, "వేరే పని మాకున్నందువల్ల మేం వెళ్ళవలసి ఉందని విచారిస్తున్నాం. మీరు చేయాలని నిశ్చయించుకున్న పని మాత్రం ఉత్త చాదస్తపు పని" అని ఆ ముగ్గురూ తండ్రి ప్రక్క నిలువబడిన సిమియోను వైపు కనుసైగ చేసి గుంపు మధ్యలో దారిచేసుకుని అంతర్ధానమయ్యారు.

వాసిలీ పెట్టె తెరిచే ప్రయత్నంలో మూత విడివడే శబ్దం రాగానే సిమియోను పిచ్చివాడిలా పెట్టెమీద పడి, "వద్దు నాన్నా, తెరవద్దు" అని అరవడం ప్రారంభించాడు. గెడ్డపార నేలమీద పడింది. వాసిలీ తన పెద్ద కుమారుణ్ణి అడ్డు తప్పించాలని చూస్తున్నాడు. ఏం జరుగుతుందో చూడాలని అందరూ పెట్టెచుట్టూ గుమిగూడారు.

"ఏం జరుగుతోంది?... ..."

"సిమియోను తండ్రితో పోట్లాడుతున్నాడు"

"పోట్లాడడం కాదు, పెట్టె తెరవనీయడం లేదు..."

"ఎవరు పోట్లాడుతున్నారు?...? "నాకేం కనబడడం లేదు..."

"ఎంత సిగ్గుకరం! స్వంత సోదరుడు..."

ఇద్దరు పాస్టర్లు ముందుకెళ్ళి చెరొక చెయ్యి పట్టుకొని సిమియోనును ప్రక్కకు తీసేశారు. వెనుక గదిలోనున్న స్త్రీలు కొందరు గట్టిగా ప్రార్థించడం మొదలుపెట్టారు. భావోద్రేకం, కన్నీరు తెరలు తెరలుగా వస్తున్నందువల్ల వారి స్వరం హెచ్చుతూ, తగ్గుతూ ఉంది. పాస్టర్ల పట్టునుండి విడిపించు కోవాలని తంటాలు పడి విలవిలలాడుతున్నాడు సిమియోను. శవపేటిక దగ్గరకు రావాలని ప్రయత్నిస్తున్నాడు. "నాన్నా! అమ్మా! నాన్నా, దయచేసి... అతడు వన్యాయే. అతణ్ణి అలానే ఉంచండి. పెట్టె తెరవ్వద్దు!" అని అరుస్తున్నాడు.

జోహన్న కొడుకువైపు తేరి చూసింది. ఆ గలిబిలిలో ఆమెకు గొప్ప విసుగు పుట్టుకొచ్చింది. ఒకప్పుడు, చిన్నవాడుగా సిమియోనులోని కోరికలు, రెక్కలు ముక్కలు చేసే కష్ట జీవనాన్ని మించి పైకిపోవాలని, ఆ సంస్థ యొక్క అధినేతలలో తానొకడు కావాలని కన్న కలలు, వాటన్నింటిని బట్టి ఆమె అతిశయించింది. కష్టించి పనిచేసేవాడు. ఒకనాడు స్కూలు నుండి * యంగ్ పయనీర్స్‌కు సంబంధించిన ఎర్ర స్కార్ఫ్ ధరించుకుని ఇంటికి వస్తే, కుటుంబీకుల అనంగీకారం దాన్ని తీసివేసేలా అతణ్ణి మార్చలేక పోయింది. స్వనిశ్చయంతో తన భవిష్యత్తును గూర్చి బలమైన విశ్వాసంతోను నిండుకొని నిజంగా ఎదిరించాల్సిన మోషియేవ్ కుటుంబికుడుగా తయారయ్యాడు. ఇప్పుడతడు చంటిబిడ్డలా అతి దీనంగా వెుర పెట్టేలా అతణ్ణి వూర్చివేసిన అతనిలోని భయాందోళనను గమనించి ముఖం ప్రక్కకు తిప్పుకొంది జోహన్న. ☆కంసోమాల్‌కు సంబంధించిన అద్భుతమైన ఆధిక్యతల ప్రభావం ఇదే కాబోలు! అంటే - తన స్వంత తమ్ముడి దేహాన్ని కూడా ఎవరికీ కనబడకుండా దాచేలా చేసేశాయి ఆ ఆదేశాలు.

పాస్టర్లు సిమియోనును నెమ్మదిగా ఇంటి వెలుపటనున్న చిన్న తోటలోకి త్రోసుకెళ్ళారు. గుమ్మం దగ్గర ఏదో చిన్న సవ్వడి. ఆ తరువాత తలుపు మూసివేయబడింది. వాసిలీ బలంగా గెడ్డపారను నొక్కాడు. పెట్టె పగిలిన శబ్దం అందరి కళ్ళను పెట్టెవైపు ఆకర్షించింది. మధ్యాహ్నపు

---

* యంగ్ పయనీర్స్ : నిజానికి రష్యా బాలలందరు యంగ్ పయనీర్స్‌కు చెందినవారే. ఇది 9-14 సంవత్సరాల వయస్సు గల బాలబాలికల కొరకైన కమ్యూనిస్టు పార్టీ ఏర్పాటు. ఈ సంస్థ బాలబాలికలకు క్రీడ, సంగీత, సాంస్కృతిక రంగాల్లో అన్ని రకాల ఏర్పాట్లు చేస్తుంది.

☆ కంసోమాల్ : యంగ్ పయనీర్స్ (9-14 వయసు గలవారికి), 15-28 సంవత్సరాల వయసు గలవారికి కార్యక్రమాలను కొనసాగిస్తూ, కఠినంగా బోధిస్తూ ఉండే సంస్థ. దీని సభ్యులు నాస్తికులైయుండాలి. కంసోమాల్ సభ్యత్వం కమ్యూనిస్టు పార్టీ సభ్యత్వానికి పరిచయ మార్గం.

సూర్యకాంతి ప్రకాశవంతంగా ఉంది. భయపూరితంగా మూత పైకి లేపబడింది.

పాస్టర్లు ముందుకువచ్చి భయం భయంగా శవంవైపు చూశారు. వారి ముఖాలపై తాండవించిన భయాన్ని చూడగానే జోహన్నకు లోలోపల విపరీతమైన బాధ సుడులు తిరిగింది. వారిలో వృద్ధుడైన థియోడర్ గారెక్టోయ్ నెరసిన తన తలను శవపేటికకు ఆనించి కండ్లను ప్రక్కకు తప్పించి అలాగే ఉండిపోయాడు. ముడతలు పడ్డ అతని ముఖం మీదుగా కన్నీళ్ళు జలజలా రాలాయి. భయంతో ప్రక్కనున్న సోదరి చేతిని గట్టిగా పట్టుకుంది జోహన్న. ఆమె నెమ్మదిగా శవం వద్దకు నడిచింది. తన భర్త ఏడ్చిన మూలుగు వినిపించింది గాని అది ఎక్కడో దూరంగా ఉన్నట్టనిపించింది జోహన్నకు. వణకుతున్న ఆమె శరీరం కుమారుని శవం వైపు కదులుతుంది గాని ఆమెలోని సమస్తం తాను చూసి సహించలేని ఆ దృశ్యం నుండి వెనక్కి ఎక్కడికో దూరంగా పారిపోతున్నట్టు అనిపించింది.

బలవంతంగా పెట్టెలోని శవం మీదికి తన దృష్టిని సారించి, లోపలి శవంవైపు చూసి విస్తుపోయింది. అది వన్యాది కాదు! అలాగే నెమ్మది లేకుండా చూస్తూ ఉంది. ఎవరో ఓ పెద్ద సైనికుడు. పెద్ద పెద్ద దవడలు గలవాడు. ఏదో పెద్ద పోరాటంలో దెబ్బతిన్నట్టుగా అతని ముఖం రెండువైపులా బాగా దెబ్బతిని ఉంది. అతని దౌడ దెబ్బలకు విరిగి వాచిపోయి ఉంది. నుదిటిమీద, తలమీద నల్లని పెద్ద వాపులున్నాయి. నల్లని అతని శిరోజాలు మాత్రం వన్యా దువ్వుకొనేలా ముఖం నుండి వెనుకకు దువ్వబడి ఉన్నాయి. ఆమె గుండె జలదరించింది. దగ్గర్లో ఎవరో భయంకరంగా రోదించారు. ఆమె కళ్ళు నీళ్ళతో నిండిపోయాయి. అతడు నిజంగానే తన కుమారుడే! ఆమె కూలిపోయి ఏడ్వడం ప్రారంభించింది.

అధ్యాయం 2

"దేవునియందు విశ్వాసముంచు గాని కష్టించి ప్రయత్నించు"

ఉష్ణమంచుతో నిండిన నవంబరు మాసపు ఆకాశం క్రింద చీకటిగా అలుముకున్న ద్రాక్షతోటలో నడుస్తుంటే వన్యా హృదయం కృతజ్ఞతతో నిండిపోయింది. ఆ సాయంత్రం పాడిన గీతాలు అతని మనసులో ఉరకలు వేస్తుంటే తన మనసులోని తలంపులను పాట రూపంలో దేవునితో చెబుతున్నాడు.

"ఈ వీడ్కోలు కూటము కొరకు, ఆ యువకుల విషయమై నీకు వందనాలు. రొట్టె, ద్రాక్షరసము, తేనెల కొరకు వందనాలు. మాల్దేవియా పొలంలోని క్రొత్త ద్రాక్షల పానీయం కొరకు, బోరిస్, వ్లడిమీర్, లూబా, యాకోవ్, విక్టర్, స్వెట్లానా కొరకు వందనాలు. ప్రభువా, నీ వాక్యం కొరకు వందనాలు. స్టీఫెన్, సాషాల ప్రసంగాల కొరకు వందనాలు. మేమీలాగున కూడుకోవడానికి అవకాశం కలిగించిన ఎలీనా పుట్టినరోజు కొరకు వందనాలు."

పొలాల్లో వెన్నెల్లో నడిచి వస్తున్న అతణ్ణి వంటగదిలోంచి మంచు పేరిన చిన్న కిటికీ ద్వారా గమనించింది అతని తల్లి. "సైన్యంలో అతనికేం సంభవించ బోతుందో" ఆ గదిలో నిప్పు దగ్గర కూర్చుండి బూట్లు శుభ్రం చేసుకుంటున్న భర్తతో తనలో తానే అనుకున్నంత మెల్లగా అంది. బరువుగా బూటు క్రింద పారేసి నిటారుగా కూర్చున్నాడు. "ఇంతవరకు ప్రభువు మనకు సహాయం చేశాడు." పాత నిబంధన వాక్యం ఎత్తి చెప్పాడు. సాధ్యమైనంతవరకు కష్టాల్ని తప్పించుకొని నెమ్మదిగా జీవించాలని ఆశించే వ్యక్తి వాసిలీ. "మనం ఎలాగో గడిచి గట్టెక్కిపోయాం." అలాగే కిటికీలోంచి చూస్తూ తల ఆడించింది ఆమె. స్టాలిన్ రోజులను గురించి ఆలోచిస్తున్నా

డాయన. ఆ దినాల్లో రెండు కోట్లమంది రష్యన్లు చంపబడ్డారని ఒక టూరిస్టు చెప్పగా విన్నాడు.

ఒకవేళ అంతమంది కాకపోవచ్చుననుకుంది జోహన్న. చిన్నగా నిట్టూర్చింది. చింతించడం అనేది ఆమెకు గిట్టదు. కట్టెల పొయ్యిలో కట్టెలు పెట్టేందుకు ఆమె కదులుతుంటే సాలోచనగా ఆమెవైపు చూశాడు వాసిలీ. "తీరు చూస్తే వాడికి పద్దెనిమిదేళ్ళే. అతని విశ్వాస జీవితం రెండు సంవత్సరాల నుండే ఆరంభమయ్యింది. చాలా కష్టాలు ఎదురయ్యేలా ఉన్నాయి." ఆమె తలపై ముసుగు వెనక్కి జారింది. "వేడి వేడి తేనీరు కాస్త త్రాగుతాడేమో..." టీ పొడి డబ్బా కోసం వెళ్ళింది.

చిన్న స్వరంతో మాట్లాడి కూడా గుసగుసలాడినట్టు లేకుండా ఆమె మాట్లాడగలదు. ఇది రష్యా దేశస్థులకొక ప్రత్యేక కళ అనుకున్నాడు వాసిలీ. పదిమందిలో ఉన్నప్పుడు పనిలో మాత్రమే కాకుండా ఇంటిలో కూడా ఇలా సావధానంగా, నెమ్మదిగా మాట్లాడతారు. మాల్దేవియాకు చెందినవారు దాన్ని నేర్చుకోవాల్సి ఉంటుంది.

నెమ్మదిగా తలుపులు తెరుచుకొని లోపల ప్రవేశించాడు వన్యా. చలికి ఎరుపెక్కిన వ్రేళ్ళమీద నుండి చేతి తొడుగులు తీసివేశాడు.

అతని ముఖంమీద చిరునవ్వును బట్టి ఆ సాయంత్రం ఎంతో ఆనంద దాయకంగా గడిచి ఉంటుందని గ్రహించింది జోహన్న. "చాలామంది యువకులు వచ్చారా?" టీ పాత్రను పొయ్యిమీద పెట్టింది.

"అందరూ వచ్చారు. స్టీఫెన్, సాషాలు మాట్లాడారు."

"ఓహో! స్టీఫెన్, సాషాలు మాట్లాడారా?" ఉన్నట్టుండి చిన్న పిల్లల గదిలోంచి అందుకున్నాడు షిమియోను. తల్లిదండ్రులను మానసికమైన ఇబ్బందికి గురిచేయడం అతని అభీష్టం. విశ్వాసుల విషయాలు వాళ్ళు మాట్లాడుకొనేటప్పుడు అతడు వినడం వాళ్ళకిష్టం లేదు. అతని విషయం వాళ్ళు పట్టించుకోనట్లే ప్రవర్తించడం అదోలాంటి సరదా.

"హలో వన్యా, మీ రహస్య కూడికకు స్థలం!"

"ఈవేళ ఎలీనా పుట్టినరోజు. సిమియోనూ, నీవు కూడా రావలసింది."

"రెండేళ్ళు సైన్యంలో ఉండడానికి నీవు రేపు వెళ్ళిపోతుంటే ఈ చివరి రాత్రి ఈ కూడికకూ, నీకూ ఏం సంబంధం లేదంటావా? ఆ విషయం ఎవరూ లెక్కచేయ లేదేమిటి?"

"నువ్వు కూడా టీ త్రాగవచ్చు సిమియోను" కొంచెం కోపంగా టీ గ్లాసును టేబుల్ మీద పెట్టింది. వన్యా ఈ ఆఖరి రాత్రిలో కూడా వాగ్వ్యుద్ధాలు పెట్టుకుంటాడా?

"పోనీలే, స్టీఫెన్ మాట్లాడాడు. ఆ కాసేపైనా ఆడిపిల్లలు వన్యావైపు చూడడం మాని ఉండాలి!" వన్యా ముఖం కందిపోయింది. సిమియోను ఫక్కున నవ్వాడు.

"అందమైన సైనికుడౌతాడు" దేవుని వాక్యం వివరణ సిమియోనుకెలా అర్ధమవుతుంది? అని లోలోపల జోహన్న చిరునవ్వుతో తలంచింది.

"అందమైన టాక్సీ డ్రైవరయ్యాడు. రేపు నీవెళ్ళిపోయాక నీ టాక్సీకి అలవాటుపడ్డ ఆడవాళ్లంతా ఏమవుతారో! ముసుగులోని స్త్రీలంతా హాస్పిటల్‌కు పోతూ 'వన్యా ఏమైపోయాడని' ఏడవడం నేను వింటూ కూర్చోవాలనుకుంటా."

"నీవు వారిపట్ల దయగా ఉంటే సరి. వాళ్ళు త్వరలోనే నన్ను మరచిపోతారు" అన్నాడు వన్యా.

మాటలోనే అందుకున్నాడు సిమియోను,

"దయా! కమ్యూనిస్టు భాషలోనే ఆ పదం లేదసలు. దయ, ప్రేమ అనేవి శరీర సంబంధమైనవి. ఆ సంగతి అందరికీ తెలుసనుకో." వంటగది గుమ్మంపై అమ్మ అందంగా అలంకరించి పెట్టిన "దేవుడు ప్రేమయై యున్నాడు" అన్న పదాన్ని చూశాడు. "దేవుడు ప్రేమా? ఆత్మ స్వరూపి

అని చెప్పబడే దేవునికి శరీర సంబంధమైన ప్రేమ ఉండడం ఎలా సాధ్యం?"

"అమ్మపైన నీకున్న ప్రేమ శారీరకమైనదా?" ఆలోచిస్తూ ఖాళీ చేసిన టీగ్లాసు టేబుల్‌పైన పెట్టాడు వన్యా.

"అవును, ఆమె తల్లిగనక ఆమె మీద నేనాధారపడి ఉండాలి గనక ఒక బంధం ఉంటుంది. అలాగే నాన్న కూడా."

"నీవు పెళ్ళి చేసుకున్నావనుకో, నీ భార్యను ప్రేమించవా?"

"అది అన్నిటికంటే శారీరకమైనదౌతుంది. మొదట్లో లైంగిక సంబంధమైన ఆకర్షణ, ఆ తరువాత ఒకరిపట్ల ఒకరికి ఉండే అభిమానం వల్ల ఏర్పడే స్నేహబంధం అనుకుంటా" విజయ సూచకంగా నవ్వాడు సిమియోను.

విసురుగా పొయ్యిలో పుల్లలు సర్దింది జోహన్న. వాసిలీ రెండో బూటు తుడవడం మొదలుపెట్టాడు. వన్యా తన అన్న కుర్చీకి దగ్గరగా జరిగాడు.

"మరి మన రాష్ట్రం సంగతేమిటి? దేశంపట్ల నీకున్నదనే ప్రేమ?... అది కూడా శారీరకమైనదేనా?"

దీర్ఘాలోచనతో కుర్చీని వెనక్కి వంచాడు సిమియోను.

"కమ్యూనిస్ట్ సైన్యంలో నీకెక్కడా దయ, ప్రేమ అనేవి కనబడవని నీకు చెప్పే ప్రయత్నం చేస్తున్నాను. అక్కడ జీవితం ఆట కాదు. నీవు వినకపోతే నాకేం గాని, ఇప్పుడిక్కడ కూర్చుని చల్లగా చిరునవ్వు నవ్వుతున్నావు. కాని రేపటి తరువాత నీవు నవ్వే అవకాశముండదు."

"నేను తప్పకుండా నవ్వగలను సిమియోను! సైన్యంలో చేరమని నన్ను నిర్బంధిస్తున్నది ప్రభుత్వం కాదు. ప్రభువే నన్నక్కడికి తీసుకుని వెళ్తున్నాడు. ఆయన నన్నిప్పుడు వదిలిపెడతాడని నేననుకోను" దృఢ నిశ్చయంతో తల్లిదండ్రుల వైపు చూశాడు వన్యా.

24

"నీవు శ్రమపడాల్సిన ఉంటుందన్నది నిశ్చయం. ఇక దాని విషయం వాదించి ప్రయోజనం లేదు. గుడ్‌నైట్" భుజాలెగరేశాడు సిమియోను. గ్యాస్ హీటరు ప్రక్కన వెచ్చబడుతున్న దుప్పటి, తలగడ తీసుకొని తాను నిద్రించే వసారాలోనికి వెళ్ళిపోతూ గుమ్మంలో ఆగాడు సిమియోను. "పదే పదే దేవుడంటూ ప్రార్థిస్తూ కూర్చుంటే నీవు బుద్ధిహీనుడవుగా పరిగణించ బడతావు. అంతేకాదు, అసలలాంటి విషయాలు అక్కడ ఒప్పుకోరు. నీవు నా మాట వినకపోతే తప్పు నాది కాదు." మంచం మీదికెళ్ళి బూట్లు విప్పుకుంటున్నాడు సిమియోను.

అయిష్టమైన ఆ నిశ్శబ్దాన్ని చీల్చి మాట్లాడాడు వాసిలీ. చాలా నెమ్మదిగా మాట్లాడడం వల్ల జోహన్న పొయ్యిలోని కట్టెలు దులపడం ఆపి వినసాగింది.

"ప్రభువేం చెబితే అదే చేయాలి నాయనా. మాకా సంగతి తెలుసు. సిమియోను చెప్పేది నిజమే..." నిస్సహాయంగా తేలిపోయింది అతని స్వరం. "నేను నీకు సహాయపడగల విధానం ఏదైనా ఉంటే బాగుండేది." ఆప్యాయంగా కుమారుని ముఖంలోకి చూశాడు. "మీ అమ్మ, నేను, మన కుటుంబంలోని వారంతా, మన సోదరులు నీ కొరకు ప్రార్థిస్తుంటాం. ఆ సంగతి నీకు తెలుసు."

జోహన్న నెమ్మదిగా వచ్చి భర్త ప్రక్కగా కూర్చుండి చేతి పని బుట్టను అందుకుంది. బయటనుండి వచ్చిన చిరుగాలికి తెరలు కదిలి సంభాషణ మేము కూడా వింటాం అన్నట్టు లోపలికి కదిలాయి.

పద్దెనిమిదేళ్ళకు మించిన స్థిరత్వం ఏదో వన్యాలో కనిపిస్తుంది. అలాంటి దృఢత్వాన్ని లేబర్ క్యాంపులలో నుండి వచ్చిన వాళ్ళలో చూసింది ఆమె. అతి క్లిష్ట పరిస్థితుల్ని కూడా సహించగలిగారు వారు. ఇతరుల ప్రవర్తన నుండి వారి ప్రవర్తన వేరుగా ఉండడం వల్ల క్యాంపు ఇంకా

వారి మనసులోనే ఉందనిపిస్తుంది. స్వేచ్ఛగా ఉండగలిగిందల్లా ఖైదులోనేనని ఓ పాత సామెత ఉంది. ఎందుచేతనంటే అప్పటికే అంతా కోల్పోతారు కాబట్టి. అయితే వన్యాకి ఇప్పుడే ఇలాంటి స్వాతంత్ర్యం వచ్చింది.

మాట్లాడేముందు ముందు వెనుకలు గమనించుకోవడం, దగ్గర్లో ఎవరున్నారో గమనించుకోవడం లాంటి జాగ్రత్తలు ఏ మాత్రం తెలియనట్లు ఉంటాడు వన్యా. గణించబడ్డ ప్రార్థనా గృహాల్లో కూడా విశ్వాసులు పరిపరి విధాల భయపడు తుంటారు. క్రొత్తగా వచ్చిన వ్యక్తితో ఓ విశ్వాసి చాలాసేపు మాట్లాడడం ఏ పోలీసైనా గమనించవచ్చు. ఏ పాస్టరైనా ఒక ఇంటిని పలుమార్లు సందర్శించవచ్చు. మరీ అధికమైన ఉత్సాహంతో ప్రసంగం చేస్తాడేమో, తన సంస్థలోని అక్రమాన్ని సరియైన రీతిగా ప్రదర్శించకుండా ఉంటాడేమో. కాని వారిలా పరిగణించబడని సంఘాల్లో బ్రతకాలంటే విపరీతమైన వివేకం కావాలి. కాని వన్యాకు ఇవేమీ పట్టవు.

సిమియోను ఉన్న గదివైపు ఒకసారి తొంగిచూసి ఆ తరువాత వన్యా స్వరం వినడానికి ముందుకు వంగింది జోహన్న. ఆ మసక వెలుగులోనే కుమారుని ముఖంలో ప్రకాశించే దృఢ విశ్వాసాన్ని చూడగలిగింది. నెమ్మదిగా చెబుతున్నాడు వన్యా.

“ఒకసారి నాకో కల వచ్చింది. ఓ పెద్ద కొండమీద ఓ దేవదూత, నేను కలిసి నిలబడి ఉన్నాం. ఓ పెద్ద తుఫాను వచ్చింది. నేను భయ పడుతూనే సముద్రం మధ్యలో గాలికి అటు ఇటు కొట్టబడుతున్న ఓడనొక దాన్ని చూశాను. ఓడ ప్రయాణికులు మునిగిపోతుండగా సముద్రంలోకి దూకి వారిని రక్షించవలసిందని దేవదూత నాతో చెప్పాడు. నేను నీళ్ళలో నుండి కొందరిని ఎలాగో ఒడ్డును చేర్చినట్టు గుర్తుంది. కెరటాలు ఉవ్వెత్తున లేస్తున్నాయి. చివరి వ్యక్తిని బయటికి లాగగానే శక్తిహీనుడనై కూలి పోయాను. దేవదూత నన్ను పైకెత్తి మళ్ళీ ఆ కొండ మీద నిలువబెట్టాడు.

నేను తిరిగి దూతతో క్షేమంగా నిల్చున్నాను."

తన భర్త మనసులో ఏముందో తెలిస్తే బావుండుననుకుంది జోహన్న. వన్యా చెప్పే ఈ వింతైన కథల భావం ఏమైయుండవచ్చు? వాసిలీ మాత్రం మౌనంగా కూర్చున్నాడు. ఇంకా మాట్లాడుతున్నాడన్నట్టుగానే ముఖం కుమారునివైపే ఉంచాడు. వన్యా మళ్ళీ ప్రారంభించాడు.

"నేనెక్కడున్నాగాని మౌనంగా ఉండకుండా ఆయనను గూర్చి మాట్లాడాలని ప్రభువు నాకు చెప్పాడు. మన పాస్టర్లు పరిస్థితులకు భయపడకుండా ఆయన కొరకు మనం సాక్షులుగా నిలవాలని చెప్పేదాన్ని ఇది బలపరుస్తుంది. స్టీఫెను కూడా ఈ రాత్రి ఇదే విషయం మాట్లాడాడు. మనం ప్రవక్తలు, అపొస్తలుల మాదిరిని అనుసరించాలి. ఎక్కడున్నా గాని, అంటే స్కూళ్ళోగాని, పనిలోగాని, మరెక్కడైనా సరే, మనం సువార్త ప్రకటించాలి.

మాట్లాడేముందు కాస్సేపాగాడు వాసిలీ. చివరకు చిరునవ్వుతో కుమారునివైపు తిరిగి, వంగి అతణ్ణి గాఢంగా కౌగలించుకున్నాడు.

"అవును వన్యా, నీవు దేవునికి లోబడాలి. మనం మాత్రం ప్రార్థన చేద్దాం."

వాసిలీకి ఆ రాత్రి బహు దీర్ఘంగా ఉందనిపించింది. పిల్లలందరు నిద్రిస్తుండగా, వన్యా మంచం ప్రక్కగా అన్నీ సర్దిపెట్టిన పెట్టెతో నిద్రిస్తుండగా, ఓ దుప్పటి కప్పుకుని హీటర్ ప్రక్కనే మోకరించి కుమారుని కోసం ప్రార్థనలో గోజాడుతున్నాడు వాసిలీ.

☆ ☆ ☆

అధ్యాయం 3

"దేవుడు లేని సున్మమే లేదు"

రాత్రి రెండు గంటలైంది. నిద్రమత్తులో మునిగిపోయాడు వన్యా. మాల్దేవియాలో కంటే ఒడెస్సాలో చలి ఎక్కువగా ఉంది. మంచు ఇంకా దట్టంగా పడకపోయినా దాని పైపొర మాత్రం గడ్డకట్టి జారేలా ఉంది. మిలిటరీలో చేరాలని ప్రభుత్వం ఆదేశించిన వాళ్ళంతా రైలు స్టేషన్ నుండి వాళ్ళని తీసుకొని వచ్చిన మిలిటరీ ట్రక్కుయొక్క వెచ్చదనంలోంచి బయటకు దూకారు. వారికి ముందు కాస్త దూరంగా కనిపిస్తున్న భవనాల వైపు వారికి దారి చూపిస్తున్న కారును వెంబడిస్తూ జారుకుంటూ పరుగెడుతున్నారు వాళ్ళంతా. చీకటిలో వేరువేరు వైపుల నుండి గలిబిలిగా వినవస్తున్న మాటల్ని గ్రహించడానికి ప్రయత్నిస్తున్నాడు వన్యా.

"ఇటు, ఇటు, త్వరగా!"

"రావడం ఓ గంట ఆలస్యమైంది. గంటసేపు ఇక్కడ మీ కోసం కనిపెట్టుకుని ఉన్నాం."

"అటెన్షన్‌లో నిలబడండి. బద్ధకస్తులారా, ఏం జరిగింది మీకు? త్వరగా రండి!"

"ఈ రాత్రి సమయంలో వాళ్ళని పడకలకు పంపడం ఎలా? నాకేమీ తెలియడం లేదు. అసలు క్రొత్తగా వచ్చేవాళ్ళు పది గంటలకు ముందుగానే ఇక్కడికి చేరాలని ఒక నియమం ఉంది."

"ఏం చేస్తావ్ మరి? రాత్రంగా ఈ చలిలో నిలబెట్టి ఉంచుతావా?"

"వీళ్ళని ఆహ్వానించవలసిన వాళ్ళెవరు?"

"కారెట్కో ఎక్కడున్నాడు? వీళ్ళొచ్చేశారు. ఎవరన్నా కారెట్కో కోసం పరిగెత్తండి!"

చలిలో గడ్డగట్టిపోతూ వాళ్ళు పోగైన స్థలానికి ఎదురుగానున్న మెట్లమీద టోపీ కూడా కనబడకుండా ఆపాదమస్తకం ముసుగు వేసుకున్న ఓ ఆకారం మసకగా కదిలింది. కొన్ని మెట్లెక్కి గంభీరమైన స్వరంతో మాట్లాడడం ప్రారంభించాడు. గంట ఆలస్యంగా వచ్చినందుకు గర్జించాడు. క్లుప్తంగా పలకరించి రాత్రికి వాళ్ళ వాళ్ళ గదులకు పంపేయాలి. వాళ్ళు నిలబడ్డ స్థలానికి నలువైపులా ఉన్న పెద్ద పెద్ద భవనాలే సైనిక స్థావరాలు. దీప కాంతిని బట్టి అవి ఐదంతస్తుల భవనాలని తెలుస్తుంది. ఒక్కొక్క అంతస్తు లోను ఆరేసి విభాగాలు, ఒక్కొక్క విభాగంలో ముప్ఫై ఇద్దరు సైనికులకు తగిన ఏర్పాట్లున్నాయి. అంటే ఒక్క అంతస్తులో నూట తొంభై ఇద్దరు సైనికులుండవచ్చు. రైలులో ఉండగా వారికి వారి అంతస్తు, పడక నంబర్లు సూచించే కాగితాలు ఇవ్వబడ్డాయి. క్రొత్త సైనికుల్ని వారి పడకలవైపు నడిపేందుకు ఆఫీసర్లున్నారు.

ఆఫీసర్ కాస్సేపాగి, గొంతు సవరించుకుని ముఖంమీద పడుతున్న తలగుడ్డను తొలగించుకొని మంచులోకి బలంగా ఉమ్మివేశాడు. ఉదయం ఆరు గంటలకు బూర శబ్దంతో లేవాలి. బట్టలు వేసుకొని పడకలు సర్దుకోడానికి ఐదే నిమిషాలు. ఆ తరువాత తక్కిన విషయాలు తెలియజేస్తారు. ఇక వెళ్ళవచ్చు. ముసుగులోని ఆకారం వెనుకగా ఉన్న ద్వారంలోకి అదృశ్యమైపోయింది.

ఆ వెంటనే చిత్ర రూపదర్శినిలా పలు రంగుల్లో సంచలనం ప్రారంభమైంది. ఆఫీసర్లంతా ఒకేసారి జీవాన్ని పుంజుకున్నారు. తోసుకుంటూ, అరుస్తూ నలుదిశల్లోకి మనుష్యుల్ని చిన్న చిన్న గుంపుల్లోకి వెదజల్లడం ప్రారంభించారు. గదుల్లో ప్రవేశించిన వాళ్ళంతా సీలింగ్ నుండి వెలుగుతున్న దీపకాంతిలో పడకల పరుసల మధ్య పడి మొదటి రంగం ముగిశాక థియేటర్‌కు వెళ్ళినవాడు సీటుకోసం వెదుక్కుంటున్నట్టు

వెదుక్కుంటున్నారు. ఆఫీసర్ల కేకలకు అదిరిపడుతూ అందరూ వాళ్ళ చేతిలో నలిగి ఉన్న నీలి కాగితం మీది నంబరు గల పడక కోసం త్వరత్వరగా వెదుక్కుంటున్నారు.

వన్యాకు అపరిచితమైన భాషా విధానం ఆ గదుల్లో వినవస్తుంది. లితూనియన్లు నత్తి నత్తిగా మాట్లాడే రష్యా భాషలో తమ భావాల్ని వ్యక్తం చేస్తున్నారు. సుప్రసిద్ధమైన మాస్కో ఉచ్ఛారణతో ఉత్తర ప్రాంతంలో మృదువుగా మాట్లాడే పద్ధతితో మాట్లాడుతున్నారు. అలసట మాయమైపోయి ఒక్క క్షణంలో ఆ పడకలు చేతులు, కాళ్ళు, నవ్వులు, శాపాలు అన్నీ కలిసి చిందరవందరగా మాయగా మారిపోయింది.

తెల్లవారుతుంది. సన్నగా మంచు కురుస్తుంది. సైనికుల్ని మేలుకొలప డానికిగాను బోరిస్ యాకోవ్‌లివిచ్ తన బూరను పైకెత్తేసరికి అతని కనురెప్పల మీద, బూర అంచుల మీద చిన్న చిన్న మంచు పలుకులు పడ్డాయి. గత రాత్రి క్రొత్తగా వచ్చిన సైనికులున్న మూడవ అంతస్తు కిటికీల వైపు గురిపెట్టాడు. సైన్యంలో జీవితం అంటే ఎలా ఉంటుందో తెలిసికొనే క్షణాలు రానే వచ్చాయి. చల్లని గాలి గుండె నిండా పీల్చుకొని బూర ఊదడం మొదలెట్టాడు.

ఆ గదులలోని సంచలనం అతనికి సుపరిచితమైనదే. బట్టలు వేసుకోవాలని విపరీతమైన తొందర, ఒంటరిగా వెనుక నిలబడరాదనీ, మందకొడి, బుద్ధిహీనుడు అని వేలెత్తి చూపించుకోరాదన్న ఆతురత. యూనిఫారం తతంగం కూడా ఇప్పుడు ప్రారంభమవుతుంది. సరిపడే దుస్తులు ఒకరి దగ్గర ఒకరు మార్చుకోవడం, ఆ తరువాత చలిలో ఉదయకాల అల్పాహారంగా చేపలు, టీ పుచ్చుకోవడానికి భోజనశాలకు నడవడం, వ్యాయామం నుండి క్లాసుకి, అక్కడి నుండి బోధనాశాలకు, భోజనానికి, కసరత్తుకు పరుగెత్తాల్సిన మొదటి రోజది. తిరిగి వ్యతిరేక దిశలో బూర శబ్దం చేశాడు. తనకైతే ఇక పదకొండు నెలలు మాత్రమే మిగిలాయి. ఆ విషయంలో సంతోషించాల్సిందే. అప్పటికే అతని యూనిట్

వాళ్ళందరూ నడుం మట్టుకు వస్త్రహీనులుగా పరుగెత్తడానికి స్థావరాల్లోంచి బయటికొస్తున్నారు. అల్పాహారానికి ముందున్న గంటలో వారంతా పదిహేను కిలోమీటర్ల దూరం పరుగెత్తి వస్తారు.

బోరిస్ యాకోవ్ లివిచ్ తన బూరను క్రిందికి దించి స్థావరంవైపు నడక ప్రారంభించాడు. బహుశా ఈ వేళైనా గురిని కొట్టే విషయంలో కనీసం ఏ ఒక్క గుండునైనా దక్కించుకోగలుగుతానా? అన్న ఆలోచన అతణ్ణి వెంటాడుతుంది.

భోజనశాల వైపు వెళ్తూ ప్రార్థన చేసుకోవడానికి స్థలం కనుక్కోవాలని ఆలోచిస్తున్నాడు వన్యా. మూక మూకలుగా ఉన్న సైన్యాన్ని, స్థావరాల్లో ఉండే శబ్దాన్ని చూశాక ఒంటరిగా ఉండగలిగేది అసాధ్యమని తోచింది. ఆ స్థలంలో ఉండే చెట్లు కూడా ఒంటరిగా ఉండడం అనుమానాస్పదం అన్నట్లు గుంపులు గుంపులుగా ఉన్నాయి.

స్టర్జిన్ అనే ఎండు చేపల వాసన ఆ పెద్ద హాలు నిండా ఉంది. ఆ చలిలో వెచ్చగా ఆహ్వానించే టీ కప్పులను అందుకోవడం కోసం వరుసలో నిలబడ్డాడు వన్యా. ఇంటి దగ్గర ఈ సమయంలో ప్రార్థన చేసుకొనేవాడు. డ్రైవరుగా ట్రైనింగు తీసుకునే సమయంలో కూడా ఎంత పని ఉన్నా ఇంటి దగ్గరైతే ప్రార్థన సమయాలు ఏర్పాటు చేసుకోవడం ఎంతో సులభం. తాను ప్రయాణం చేయాల్సిన బండి పట్టణంవైపు బయలుదేరే ముందు ప్రార్థన చేసుకోవడానికి బోలెడంత సమయం ఉండేది. ఇలాంటి శీతాకాలంలో చిన్న పిల్లలిద్దరు వెచ్చదనం కోసం వంటింట్లో పొయ్యి పైభాగంలో పండుకుంటారు. వాళ్ళ ప్రక్కకు చేరి తన ప్రార్థన వారి నిద్రకు అంతరాయం కలిగించకుండా ఉండి అక్కడ ప్రార్థించడం ఎంతో బావుండేది.

బహుశా ఆహారం పుచ్చుకున్నాక స్థలం కోసం వెదకాలి. వారికందిన పళ్ళాల్లోని చేపలు అయిపోయినా గాని టేబుల్ దగ్గర కూర్చున్న ముప్ఫై మంది సైనికులు ఇంకా ఆకలిగా ఉన్నారు. నల్లని రొట్టె ముక్కలున్న

ప్లేటు ఒకరి నుండి ఒకరికి అందించుకుంటూ అవి కూడా ఖాళీ చేసేశారు. ఒక పెద్ద టీ పాత్రను చేత పుచ్చుకుని వరుసగానున్న టేబుల్స్ మధ్యలో నడుస్తూ కావలసిన వారికి టీ పోస్తున్నాడొక వ్యక్తి.

ఒంటరితనంలాంటి భావం ఏదో వన్యా మనసులో మెదిలింది. తాను తలంచినట్టే ఉందిక్కడ. కాని తన ముందున్న వాటిని కొంచెం తక్కువగా అంచనా వేసాడనుకోవచ్చు. ప్రతి ఒక్కరికీ వారి విషయమే ఓ ప్రపంచంగా ఉంది. కప్పులో మిగిలి ఉన్న టీని గొంతులో పోసుకోవడం, ప్లేట్లో మిగిలిపోయిన రొట్టె ముక్కను నోట్లో పెట్టుకోవడం, ప్లేటు, కప్పు చేతిలో జాగ్రత్తగా పట్టుకొని బెంచిపైనుంచి దూకడం, ద్వారంవైపు పరుగెత్తడం, ప్రయాణంలో స్నేహించిన ఒక వ్యక్తిని పలకరించేందుకు కాస్సేపు ఆగడం... ఇదీ వరస. ద్వారం గుండా వరుసగా త్రోసుకుంటూ లోపలకు వస్తున్న సైనికుల్ని నెట్టుకుంటూ నవంబరు మంచుతో నిండిన ఉదయకాలంలోకి బయటికి వస్తున్నారు మరికొందరు. “మనుష్యుల యెదుట నన్ను ఒప్పుకొనువానిని దేవుని దూతల యెదుట నేనును ఒప్పుకొందును.” ఆ స్వరం అనేకమార్లు తన ఆత్మలో పలకడం నిస్సందేహంగా విన్నాడు వన్యా. ముళ్ళగరిటె, స్పూను కప్పులో పెట్టి పైకిలేచి ఇతరులతోపాటు ద్వారంవైపు నడిచాడు వన్యా. ఇప్పుడు ముందుగా చేయాల్సింది ప్రార్థన కోసం స్థలం వెదకాలి.

స్టాఫ్ సార్జెంట్ స్ట్రెల్కోవ్ గారిది సన్నని పొడవైన ముఖం. కోపం వచ్చినప్పుడు అసలే లోతుగా ఉన్న బుగ్గలు మరీ లోతుకు పోతాయి. ఇప్పటికి రెండు వారాలుగా ఈ క్రొత్త యూనిట్‌ను దారిలో పెట్టడానికి ప్రయత్నిస్తున్నాడు. రెండు వారాలపాటు మొండి ప్రశ్నలను, అక్రమాలను, ఆటంకాలను సహించి విసిగిపోయాడు. బూటుకు అంటిన మంచుగడ్డను అసహనంగా విదిలించాడు. ఈ క్రొత్తగా వచ్చినవాళ్ళు తగినంత త్వరగా నేర్చుకొనే రకం కాదు. చలికి కళ్ళు చిట్లించి, వరుసల్లో వణకుతూ నిలబడ్డవాళ్ళలో ఉన్న ఖాళీ స్థలాన్ని గమనించాడు. ఒక వ్యక్తి అక్కడ

లేదు. ఆ గ్రౌండు అంచుల దగ్గర ఏదో చలనం. దుర్భరమైన పరుగులో ఆ వ్యక్తి వస్తుంటే విసుగ్గా కనిపెట్టాడు సార్జెంట్. ఆ వచ్చే వ్యక్తి మోషియేవ్ వన్యా.

రొప్పుకుంటూ తన స్థలంలోకి చేరాడు వన్యా. ఒక్కడు కూడా కనీసం కళ్ళు కదిపి ప్రక్కకు చూడలేదు. సార్జెంట్ కాస్త సంతోషించాడు. బహుశా దీనివల్ల ఓ పాఠం నేర్పించవచ్చు.

"ఆలస్యంగా రావడానికి కారణం చెబుతావా కామ్రేడ్ ప్రైవేట్ వన్యా?" స్ట్రెల్కోవ్ నేర్పిస్తున్న క్రమశిక్షణ అతడు కనీసం ఒక్కసారి కూడా ఆలస్యం కాలేదన్న సత్యాన్ని ఋజువు చేస్తుంది.

గ్రౌండుకడ్డంగా పరుగుతీసినందువల్ల వన్యా యొక్క ఛాతి భారంగా ఎగిరి పడుతోంది. శ్వాసను కుదుర్చుకుంటూ కఠినంగా కనిపించే సార్జెంట్ వైపు అసౌకర్యంగా చూశాడు. సార్జెంట్ యొక్క ప్రశ్న, జవాబు కోసం ఎదురు చూస్తుండగా అందరూ నిశ్చేష్టులై నిలబడ్డారు.

"క్షమించండి, నేను ప్రార్థన చేసుకుంటున్నాను." ఉరిమి చూశాడు సార్జెంట్. వన్యా ముఖంలోని స్థిరత్వంలో ఏ మాత్రం హాస్యం లేదు. ఆ వరుసలో ఉన్నవాడెవడో ఆకస్మికంగా దగ్గాడు. నిశ్చలంగా ఉన్న వారందరి వైపు ఒకసారి చూశాడు స్ట్రెల్కోవ్. వాళ్ళు లోపల నవ్వుతో ఉక్కిరిబిక్కిరి అవుతున్న విషయం తనకు తెలియదనుకుంటున్నారా?

చాలాకాలంగా సైన్యంలో పనిచేయడం వల్ల అక్రమాలను ఎలా చక్కబెట్టాలో స్ట్రెల్కోవ్‌కి బాగా తెలుసు. "యూనిట్‌తో కలిసి డ్రిల్లు చేయాలి వన్యా. డ్రిల్లు పూర్తయ్యాక నీవు నన్ను కలవాలి." సముదాయాన్ని సంబోధించడానికి ఒక అడుగు వెనక్కి వేశాడు. అతని ఆనతి ప్రకారం అందరూ వేరువేరు దిక్కులకు విడిపోయి డ్రిల్లు మొదలుపెట్టారు. క్షణంలో ఎగరడం, దూకడం, కసరత్తులతో చేతులు ఆడించడం ఇలాంటి వాటితో జీవం పోసుకుంది డ్రిల్ గ్రౌండు.

ఆలస్యంగా రావడం వల్ల కలిగిన అవమానాన్ని దేవుడిచ్చిన ఒక గొప్ప వరాన్ని నిందపాలు చేశానన్న దోషాన్నుండి విడుదల కోసం కసరత్తు చేయడంలో లీనమైపోవాలనుకున్నాడు వన్యా. ప్రార్థనా గదిగా ఉపయోగింపబడని ఆఫీసు గది దొరికిందని సంతోషించడం ఎంత సులభం! ఆ గది ఊడ్చే ఆమె కూడా చెప్పింది. ఆ గది ఉదయం పది గంటల వరకు ఉపయోగింపబడదని. శుభ్రం చేయడానికి రాగానే ఐదింటికే ఆమె తలుపు తాళం తీస్తుంది. అప్పటినుంచి ప్రతి ఉదయం ఆ స్థలంలోని ప్రశాంతత అతని ఆత్మలో స్థిరపడగా హృదయం స్తుతితో పొంగిపోయింది. ఆ గదిలో ఒక తోలు కుర్చీ ఉంది. నేలపై మోకరించి కుర్చీలో మోచేతులు ఆనుకోవడానికి అనుకూలంగా ఉంది. అంతేకాక కుర్చీ వీపుభాగం పగిలిన కిటికీనుండి చాటు కలిగిస్తుంది.

కాని ఆ ఉదయం సమయాన్ని మరిచిపోవడం! డ్రిల్లుకి ఆలస్యంగా రావడం! అదిరిపాటుగా స్ట్రెల్కోవ్ తన పేరును పిలవడం విన్నాడు.

సార్జెంట్ యొక్క నాస్తికత్వం అతనికి మూడు తరాలుగా వచ్చింది. అతని తాత ఆదిలో బాల్షెవిక్‌గా ఉండి విప్లవ సమయంలో లెనిన్ గ్రాడ్ నగరపు వీధుల్లో అరోరా నౌకలో మిడ్ షిప్‌మన్‌గా ఉండి నేవీలో పోరాడాడు. ఆ గొప్ప దేశభక్తుల యుద్ధంలో లెనిన్ గ్రాడ్ పట్టణపు ముట్టడి సందర్భంలో అతని తండ్రి ఒక ఆఫీసరుగా ఉండి ముట్టడి చివరి దినాల్లో ఆకలితోను, గాయాలతోను మరణించాడు. అతడు మరణించినపుడు అతని కమ్యూనిస్టు పార్టీ కార్డు అతని జేబులోనే ఉందట. స్ట్రెల్కోవ్ తన పర్సులో తన పార్టీ కార్డు క్రింద తండ్రి యొక్క కార్డు కూడా పట్టుకు తిరుగుతాడు.

సైన్యంలో ఇంకా ఇలాంటి అనాగరికులు మిగిలి ఉన్నారంటే అతనికి ఆ విషయం నచ్చలేదు. గ్లోవ్స్ తొడిగిన చేతులను నలిపి, రమ్మన్నట్టు తలూపి నడక ప్రారంభించాడు.

"ఈ ప్రార్థన విషయం ఏమిటి వన్యా? నీవు సరదాగా అనలేదుగా"

"లేదండి, నేను బాప్టిస్టు సంఘానికి చెందినవాణ్ణి."

అయితే మరీ కష్టం. బాప్టిస్టులు మొండిఘటాలు. కంసోమాల్‌లో ఉన్నప్పుడు పల్లె ప్రాంతాల్లో స్ట్రెల్కోవ్ మత విరుద్ధమైన సమాఖ్యలు జరిపే వాడు. బాప్టిస్టులు హాజరయ్యేవారు. వాళ్ళంతా సామాన్యంగా మత సంబంధమైన ప్రశ్నలకు పెద్ద పెద్ద సమాధానాలివ్వడం వలన వారిని మెరుగుపరచడం అసాధ్యమైపోయింది.

"అవి ఇక్కడ పనికిరావు వన్యా. ప్రార్థన, మతం ఎర్రసైన్యంలో పనికిరావు. రష్యా దేశంలో ఇంకా దైవభక్తి గలవాళ్ళు అంటూ ఉండడం, దానిలోను రష్యాదేశపు సైన్యంలో తర్బీదు పొందే ఒక యువకుడు అలాంటి వాడు కావడం దురదృష్టకరం. నీవు తప్పకుండ నీ ఉద్దేశాలు మార్చుకో వలసి ఉంటుంది."

జవాబు చెప్పాలో, అవసరం లేదో తెలియకుండానే వన్యా మౌనంగా ఆఫీసరు ప్రక్కనే నడుస్తున్నాడు.

"కొంతమందితో స్నేహం చేశాక, సైన్యంలో జీవితాన్ని ఇంకాస్త అధికంగా అనుభవించాక నీ భక్తికి సంబంధించిన ఉద్దేశాలు ఎంత అర్థరహితమైనవో, నీచమైనవో నీవు తప్పక గ్రహిస్తావు. జార్ (Czar) (రష్యాలో విప్లవానికి ముందున్న పాలకులు) చర్చి అనే సంకెళ్ళ నుండి విడుదల పొందిన తరువాతనే రష్యా దేశం బలపడడం జరిగింది. వ్యక్తుల విషయం కూడా అంతే." ఎంత పెద్ద కోటు వేసుకున్నా స్ట్రెల్కోవ్ వణుకు తున్నాడు. ఈ సమయంలో ఆఫీసులో కుర్చీలో ఉండవలసింది. ఒక్క క్షణం వన్యావైపు చూశాడు. చలికి అతని చర్మం ప్రకాశంగా ఉంది.

రష్యాలో బాప్టిస్టులు అనే పదం ప్రొటెస్టెంట్లను సూచిస్తుంది. రష్యన్ అర్థొడాక్స్ చర్చికి సంబంధించిన వారిని సంఘస్థులు (చర్చిమేన్) అని పిలుస్తారు. ప్రొటెస్టెంట్లలలో రెండు గుంపులు. ఒకటి గవర్నమెంటు వారిచే నమోదు చేయబడినది. రెండవది నమోదు చేయబడనిది. వన్యా ఈ రెండవ తరగతికి చెందినవాడు.

వన్యా తన యూనిట్‌ను చేరుకోవడానికి వరుగెత్తుతుండగా చూస్తూ తన బూటుకాలుతో మంచులో నేలను తన్నుతూ నిలబడ్డాడు స్ట్రెల్కోవ్. మోకాళ్ళ వరకు ఉండే బూట్లు వేసుకున్నా గానీ స్ట్రెల్కోవ్ పాదాలు చల్లబడి పోతున్నాయి. దానికితోడు ఉదయం టీ కూడా పోగొట్టుకున్నాడు. ఇప్పుడు వన్యాతో జరిగిన సంభాషణ తృప్తికరంగా లేదు. వన్యా ప్రార్థన చేస్తున్నానని చెప్పడం ఇతరులు కూడా విన్నారు. బహుశా, ఈ సంగతి పొలిట్ ఆఫీసరుకు తెలియజేయాలి.

* "పొలిట్ రుక్" ఆఫీసులో ఎక్కువ వెలుతురు లేదు. శీతాకాలపు మసక వెలుతురు గాజు కిటికీ గుండా లోపలికి రావాలని ప్రయత్నిస్తుండీ, కిటికీల దగ్గర వ్రేలాడుతున్న పచ్చని తెరల వల్ల అడ్డగించబడుతుంది. పొలిట్ ఆఫీసర్ కెప్టెన్ బోరిస్ జాలివాకో సుత్తెలాంటి మనిషి. పొట్టిగా, బలంగా నిర్మించబడి గూఢమైన, బొద్దైన కనుబొమలు కలిగి ఉంటాడు. అక్రమ విషయాలు పట్టించుకోవడంలో అతనికి శ్రద్ధ లేదు. కాని వన్యా క్రైస్తవ ప్రార్థనలు చేస్తున్నాడంటే, అది ఉపేక్ష చేయరాదు. తప్పక కనిపెట్టి చూడాల్సిందే. ఎందుచేతనంటే స్ట్రెల్కోవ్ అతనిని గూర్చి చెప్పే విషయాలు ఆసక్తిదాయకంగా ఉన్నాయి.

వన్యా కోసం కనిపెడుతుండగా స్ట్రెల్కోవ్‌కు ఏవో ఆలోచనలు వచ్చాయి. బహుశా విషయం పట్టించుకోకుండా ఉండాల్సింది. అతనితో సంభాషించ కుండా ఉంటే బావుండేది. అతడు సరియైన రీతిగా ముందుకు పోవడానికి కొంచెం సలహా ఇవ్వాలనుకున్నాడు. కాని ఒకవేళ వన్యా అతణ్ణి బుద్ధిహీనుడుగా లెక్కగట్టే ప్రమాదం ఉంది. యూనిట్‌లోని వాళ్ళు అతడు ప్రార్థన చేస్తున్నానని చెప్పడం విన్నారు. కాబట్టి అనలేదని చెప్పలేడు. ఎంతమంది అతని మాటలు విని ఉంటారు? వినగలిగినంత సమీపంగా ఎవరు నిలబడ్డారో గుర్తు చేసుకోవాలని ప్రయత్నించాడు స్ట్రెల్కోవ్.

---

* రాజకీయ విషయాలు చక్కబెట్టే "పొలిటికల్ డైరెక్టివ్" ఆఫీసును 'పొలిట్ రుక్' అని పిలుస్తారు.

టేబుల్ ఎదురుగా అటెన్షన్‌లో నిలబడ్డ వన్యా వైపు బద్ధకంగా చూశాడు కెప్టెన్ జాలివాకో. అతని తలపైనున్న టోపీ సరియైన తీరులో ఉంది. గౌరవంతో సరియైన రీతిగా శెల్యూట్ చేశాడు. అతని చూపులతో వన్యా చలించకుండా ఉండడం జాలివాకోలో ఆసక్తిని రేపింది. ఈ యువకుడికి ఆత్మ విశ్వాసముంది. అయినా తన భావంలో ఎక్కడా అహంకారం కనిపించడం లేదు.

కూర్చోమని సైగ చేశాడు జాలివాకో. "డ్రిల్లుకు లేటుగా వచ్చేవానిలా కనిపించడం లేదుగా నీవు? నీ యూనిట్‌లో మిగిలిన వాళ్ళతో సమయానికి హాజరు కాలేకపోవడానికి నీకొచ్చిన సమస్య ఏమిటి?"

"కామ్రేడ్ కెప్టెన్, నా మందబుద్ధిని క్షమించండి సార్. ఇకమీదట అలా జరగదు."

"నా ప్రశ్నకు జవాబు చెప్పలేదుగా, ఆలస్యంగా వచ్చినదానికి కారణం ఏమిటి?" జాలివాకో స్వరం కాస్త కాఠిన్యాన్ని పుంజుకుంది. తప్పించుకొనే పద్ధతి అతనికి గిట్టదు.

"నేను ప్రార్థన చేసుకుంటున్నాను సార్." ఆ జవాబు వింతగా గాలిలో తేలియాడింది.

కొంచెం స్థిమితంగా ఊపిరి పీల్చుకున్నాడు స్ట్రెల్కోవ్. వన్యా విషయం రిపోర్ట్ చేయవలసిందే. ఎంత మంచిగా కనిపించినా గాని భక్తి అనేది సోవియట్ జీవితానికి చికాకు కలిగించే విషయం అని అందరికీ తెలుసు. శ్రమజీవులను 'మతం అనే ఉద్దేశం నుండి తొలగించడమే కమ్యూనిస్టు పార్టీ యొక్క లక్ష్యం' అని లెనిన్ చెప్పనే చెప్పాడు. స్ట్రెల్కోవ్ నిటారుగా కూర్చున్నాడు.

"ఎవరికి ప్రార్థన చేశావ్?" వేళ్ళతో బల్లపై కొట్టాడు జాలివాకో.

"దేవునికండీ, ఈ విశ్వాన్నంతటినీ సృష్టించిన దేవునికి. ఆయన అందరినీ ప్రేమిస్తాడు."

"దేవునికా!" పెద్దగా మూలిగి, కళ్ళు మూసుకున్నాడు. "దేవుడనేవాడు లేడని విజ్ఞానశాస్త్రం నిరూపించింది. మన సోవియట్ సైంటిస్టులు ఈ విషయంలో అనేక పరిశోధనలు జరిగి సైంటిఫిక్ కమ్యూనిజం యొక్క సిద్ధాంతాన్ని, అంటే దేవుడు లేడన్న విషయాన్ని అంగీకరించారు. పురాతన కాలాల్లో ఆర్థిక స్తోమతులను అవగాహన చేసుకోవడానికి సామాన్య మానవుడు 'దేవుడు' అనే పదాన్ని కనిపెట్టి దానితో అన్నీ సరిపెట్టు కోవడానికి ప్రయత్నించాడు."

"అని నాస్తికుడు వాదిస్తాడండి."

"అదే సరియైన దృక్పథం. సోవియట్ జీవితంలోని అకాడమీ ఆఫ్ సైన్సెస్, కమ్యూనిస్టు ప్రభుత్వం మొదలైన గొప్ప సంస్థల అభిప్రాయం కూడా అదే. సోవియట్ సైన్యం యొక్క ప్రాతిపదిక కూడా అదే. సోవియట్ ప్రజల ఉద్దేశం కూడా అదే."

"పోలిట్ ఆఫీసరుగారూ, మన ప్రభుత్వ ఉద్దేశం నాస్తికత్వం అని నాకు తెలుసు. కాని బైబిలు దేవుడు విశ్వాన్నంతటినీ సృష్టించిన తరువాత మానవుణ్ణి చేశాడని నేర్పిస్తున్నది. ఇది క్రైస్తవుల విశ్వాసం."

జాలివాకో తన ముందరున్న రిపోర్టు షీటు మీద వ్రాస్తున్నాడు. వ్రాయడం ఆపి అడిగాడు, "నీ దగ్గర బైబిలుందా?"

"లేదు సార్"

"సోవియట్ యూనియన్‌లో బైబిలు అంగీకరించబడదు. దాంట్లో సైన్సుతో అంగీకరించని ఎన్నో రకాల తప్పులున్నాయి. అది మందత్వాన్ని, బానిసత్వాన్ని పెంచుతుంది. సైన్యంలో అది ఎవరి దగ్గరా ఉండరాదు. అసలు అలాంటి పుస్తకాన్ని ఎందుకు చదువుతారో అర్థం కాదు నాకు."

"అది జీవితాన్ని మార్చగలదు సార్"

"హు, వన్యా విను. మిలిటరీ వ్యక్తుల జీవితాన్ని మార్చడం మాత్రమే

కాక, ఆశయాలు, జీవితాశల్నీ కూడా మార్చివేస్తుంది. బహుశా ఈ విషయాన్ని గ్రహించడానికి నీకు ఇంకా సహాయం కావాల్సి ఉంటుంది. నీ బైబిలు చెప్పే వాటికంటే ఇదే గొప్ప సత్యం.”

“నాకు సాధ్యమైనంత మేరకు సోవియట్ సైన్యంలో సేవ చేయాలనే ఆశిస్తున్నాను సార్!”

జాలివాకోకు కోపం రాసాగింది. మత సంబంధులైనవారితో పని చేయడం చాలా కష్టం. ఈ విశ్వాసులనేవాళ్ళు చాలా మోసగాళ్ళు. పైకి చాలా మంచి పౌరులుగాను, నెమ్మదిగాను, శాంతి ప్రేమించేవారుగాను, హాని చేయనివారు గాను కనిపిస్తారు. కాని ఆ సుగుణం అనే ముసుగులోనే వారి తప్పుడు బోధలను ప్రచురిస్తారు.

“నీవా మాట అనడం నాకు చాలా సంతోషంగా ఉంది వన్యా. అంటే నీవు దేవుని గూర్చిన తప్పుడు ఉద్దేశాలు విడిచిపెట్టి సోవియట్ సైన్యంలో నిన్ను దేశం పట్ల సంపూర్ణమైన అభిమానం గల సైనికునిగా పూర్తిగా తీర్చిదిద్దడానికి ఉద్దేశించబడిన కార్యక్రమాల్లోకి పూర్తిగా ప్రవేశిస్తావని అర్థమవుతుంది. నీకు నా అభినందనలు.”

స్ట్రెల్కోవ్ లోలోపల కెప్టెన్ జాలివాకోను పొగుడుకుంటూ చూశాడు. ఇలాంటి వ్యక్తులతో ఎలా మాట్లాడాలో పొలిట్ రుక్ వారికి బాగా తెలుసు. వన్యా ముఖంలో కనిపించే ఆందోళనను పట్టించుకోకుండా జాలివాకో ఇంకా మాట్లాడుతున్నాడు.

“నీవు పాల్గొనవలసిన సైనిక సంబంధమైన కార్యక్రమాల పట్లను, రాజకీయ సంబంధమైన విషయాల పట్లను, రాజకీయ పరంగా నీ ఎదుగుదల విషయంలోను నేను ప్రత్యేకమైన శ్రద్ధ తీసుకుంటాను.”

ఏం చేస్తాడా అని అత్యాసక్తితో వన్యా ముఖంలోకి చూస్తూ జాలివాకో కుర్చీలోంచి లేచాడు. సెలవు ఇచ్చేసినా దాన్ని ఉపయోగించుకోకపోతే వాడు బుద్ధిహీనుడనుకోవాలి. కాని విశ్వాసులు మొదట బుద్ధిహీనులుగానే

కనిపిస్తారు. వన్యా యొక్క రష్యా భాష ఇంకాస్త బావుండాల్సింది. నక్కుతూ మాట్లాడుతుంటే వినడం విసుగ్గా ఉంది.

"ఒక సోవియట్ పౌరుడుగా సైన్యంలో సేవ చేయడం, చేతనైనంత మట్టుకు సోషలిజం నిర్మాణంలో సహాయపడడం నాకు చాలా ఇష్టం. కాని నేను 'దేవుని రాజ్యము' అనే వేరొక సామ్రాజ్యానికి కూడా పౌరుణ్ణి. ఆ సామ్రాజ్యం విశ్వాసుల హృదయాల్లో ఉంది. ఆ సామ్రాజ్య చట్టాలు ప్రేమపూరితమైనవి. కాబట్టి దానివల్ల సోవియట్ సామ్రాజ్యానికి ఏ మాత్రం హాని జరగదు. ఈ సామ్రాజ్య వారసత్వాన్ని గాని, దాని రాజైన దేవుణ్ణి గాని నేను వదులుకోలేను. ఆయన క్షమ, ప్రేమలు గల తన రాజ్యాన్ని అన్నిచోట్లా, చివరికి సోవియట్ సామ్రాజ్యంలో కూడా కడుతున్నాడు."

"సోవియట్ రష్యాలో 'రాజ్యాలు, రాజులు' అనే పదాన్ని తుడిచిపెట్టేశాం వన్యా. నీ మతాసక్తిలో నీవా విషయాన్ని ఎలాగో విస్మరించియుంటావు. సోవియట్ దేశం పట్ల భక్తి గలవారికే ఇక్కడ స్థానముంది. మరి దేనికీ స్థానం లేదు" జాలివాకో స్వరం వణకడం ప్రారంభించింది.

స్ట్రెల్కోవ్ నిస్త్రాణుడయ్యాడు. ఇలాటి విషయాలు ఎంత తేలికగా పరిష్కరించబడతాయో చూడాలనుకున్నాడు. ఒక సోవియట్ యువకుడు మతం అనేదాని వల్ల ఇంత సంపూర్ణంగా పాడుచేయబడి ఉంటాడా అనేది అతనికి అద్భుతంగా తోచింది.

జాలివాకో ఇంకా మాట్లాడుతున్నాడు, "వన్యా, నీవు మంచి మాటలను, అధికారుల సలహాలను నిర్లక్ష్యపెడతావని ఋజువైంది. ఆ విషయాన్ని నేను వదలలేను. నీకో పాఠం నేర్పించాలి. నీకు మోకాళ్ళమీద ఉండి ప్రార్థించడం ఇష్టం కాబట్టి అదే రీతిలో నీవు చేయగల నిర్మాణాత్మకమైన పనిని నీకు శిక్షగా ఇస్తున్నాను. ఒక బకెట్, బ్రష్ తీసుకుని స్థావరంలోని డ్రిల్లు హాలును, అన్ని వరండాలను మోకాళ్ళమీద కడగాలి. రాత్రంతా పని చేయాలి. ఇలాటి పనివల్ల, అది కూడా నీతోటివారి మధ్య చేయడం

మంచి సలహాలు అంగీరించేవాడిగా నిన్ను తయారుచేస్తుందేమో. అదే సమయంలో సోవియట్ వ్యతిరేక ఉద్దేశాలకు అంటిపెట్టుకుని ఉండాలా, వద్దా అని నీవాలోచించుకోవడానికి కూడా అవకాశం ఉంటుంది. ఇక వెళ్ళొచ్చు."

స్ట్రెల్కోవ్ చురుగ్గా కుర్చీలోంచి లేచి కెప్టెన్ జాలివాకోకు సెల్యూట్ చేసి అటెన్షన్‌లో నిలబడ్డాడు. చివరికి సంగతి తృప్తికరంగా తేలింది. వన్యా సెల్యూట్ చేసి గదిని విడిచిపోతుండగా ఇద్దరి మధ్య ఏదో సద్భావం క్షణంపాటు గోచరించింది. ఇలాంటి నీచమైన పని చేశాక మోకాళ్ళనేవి దేనికోసమో నేర్చుకుంటాడు వన్యా.

మంచుమయమైన ఆకాశంలో డిశెంబరు సూర్యుడు సగం దూరమైనా ఎక్కకముందే యూనిట్‌లో ఓ విశ్వాసి ఉన్నాడన్న వార్త అందరికీ వ్యాపించింది. ఒకరి నుండి ఒకరికి ఆ కథ వ్యాపిస్తుంటే చిరునవ్వులు నవ్వుతున్నారు. మొదటి కథ ముగియకముందే విశాలమైన స్థావరపు హాలును చిన్న చేతి బ్రష్, బకెట్‌తో పొలిట్ రుక్‌వారు కడగమన్నారన్న రెండవ వార్త వ్యాపించింది. వింతైన సంగతి ఏమిటంటే పదే పదే రకరకాలుగా ప్రశ్నించడానికి ఆఫీసర్లు తమ ఆఫీసులలోనికి పిలుస్తూ తన పనిని ఆటంకపరచినా గాని పనిచేస్తున్నప్పుడు అతడు చిరునవ్వుతో పాటలు పాడుకుంటూ, ఆనందంగా కనిపించాడు. మధ్యాహ్న భోజన సమయానికి భోజనాల గదికి పోతూ ఆ హాల్లోంచి వెళ్తున్న సైనికులంతా బాహ్యమైన ఆనందంతో అతడు పాడే మెల్లని పాటలు వింటూ అతని పనిని గమనించారు. అతని సంగతి ఒక వింతగా ఉండిపోయింది

☆ ☆ ☆

అధ్యాయం 4

హృదయం మీద వ్రాయబడ్డ దానికంటే ఏ న్యాయశాస్త్ర గ్రంథం విపులంగా ఉంటుంది? - టాల్‌స్టాయ్

పచ్చని మైదానాలుండే నల్ల సముద్ర తీరం, కనుల కింపైన యుక్రెయిన్ నౌకాశ్రయం గల కెర్చి నగరం మితంగా ప్రయాణాలు చేసిన ఏ యువ సైనికుణ్ణయినా ఉత్తేజ పరుస్తుంటుంది. సైనిక దళాన్ని తరలించే ట్రక్కు ఎగిరిపడుతూ ముందుకు పోతుంటే వెనుక భాగంలోనున్న వన్యా పరిసరాలు చూడడానికి ప్రయత్నించాడు. దూరంగా ఇనుము ఉక్కు కర్మాగారాల సముదాయాలు, వాటి నుండి వచ్చే పొగ కనిపిస్తున్నాయి. దగ్గర్లోనే సముద్రపు హోరు, సీగల్స్ అనే తెల్లని సముద్ర పక్షుల కూతలు వినిపిస్తూ ఈ క్రొత్త ప్రాంతాన్ని ఎప్పుడు చూడాలా అన్న ఉత్సాహాన్ని కలిగిస్తున్నాయి. ఈ పట్టణం చాలా పురాతనమైనది. పట్టణాన్ని గూర్చి సైనికులకు క్లుప్తంగా చెప్పాడు. ఆరవ శతాబ్దంలో గ్రీకులు దీనిని నిర్మించి దానికి 'పంతి సప్పీయం' అనే పేరు పెట్టారు. మిత్రదాతు అనబడే ఎత్తైన కొండ శిఖరాన్ని చూడమని సైనికులకు చెప్పారు. దానిపైన శిథిలమైపోతూ ఉన్న గ్రీకు కోట ఇంకా కనిపిస్తూనే ఉంది.

ఆ కోట 'సోవియట్' గ్రీకు స్థావరంగా ఉండేదని ఆ ఆఫీసరు సైనికులకు చెప్పాడు. విప్లవ సమయంలో నిజంగా ప్రారంభమైన మానవతా గౌరవం, స్వాతంత్ర్యం అనే సోవియట్ ఆచారాలు గ్రీకు కోట యొక్క నీడలోనే కొనసాగుతుండడం కెర్చిలో ఆసక్తికరమైన విషయంగా ఉంటుంది.

అదంతా బాగానే ఉందని తరువాత వన్యా గ్రహించాడు కాని ఆ కెర్చి స్థావరంలోనే అతని శ్రమలు నిజంగా మొదలయ్యాయి.

మొదటి కొన్ని దినాల వరకు మెల్లమెల్లగా మాట్లాడుకుంటూ పుస్తకాలతోను, కాగితాలతోను పిగిలిపోతున్న చిన్న సూట్‌కేసులను, అన్ని వైపుల పరుగెత్తే సైనికులతో స్వేచ్ఛగా కలవడానికి వదిలిపెట్టారు. కొంచెం తేలికగాను, ఉత్సాహంగాను ఉన్నాడు వన్యా. ఫిట్‌నెస్ డ్రిల్లులోను, క్లాసులో జరిగే ఉపన్యాసాలలోను సైనిక శిక్షణ కార్యక్రమాల్లోను ఉన్నప్పుడు "ప్రభువా, ఈ విషయంలో నేను అందరిని మించినవాణ్ణిగా ఉండేందుకు సహాయం చేయి. నీ నామానికి మహిమ కలిగేలా నేనొక మంచి సైనికుడుగా ఉండడానికి సహాయం చెయ్యి" అని తరచుగా ప్రార్థించేవాడు.

ఒడెస్సా స్థావరాన్ని వదిలేసాక ఆఫీసర్ల ప్రశ్నలు ఆగిపోతాయనుకొన్నాడు వన్యా. జాలివాకో అతణ్ణి వదిలించుకోవడానికి ఎంత సంబరపడతాడో, అక్కడినుండి వెళ్ళడానికి అంత సంబరపడ్డాడు వన్యా. కాని చాలా క్షుణ్ణంగా 6188 నంబరు గల యూనిట్‌లో ఒక విశ్వాసి ఉన్నాడనే విషయాన్ని "కెర్చి" పొలిట్ రుక్ యొక్క మెలకువ కోసం వివరంగా తెలియజేశాడు జాలివాకో. "ప్రైవేట్ వన్యా తాను ప్రార్థన చేసే విషయాన్ని, తానొక బాప్టిస్టు విశ్వాసిననీ, తనకు అవకాశం లభిస్తే తప్పక విశ్వాసుల సమావేశాలకు హాజరవుతాననీ బాహాటంగా చెప్పుకొన్నాడు. అంతేకాదు, కమ్యూనిస్టు సిద్ధాంతాలను గూర్చి ఎంత తీవ్రంగా బోధించినా మొండిగా తిరస్కరించి తన క్రైస్తవ విశ్వాసాల విషయంలో మౌనంగా ఉండడానికి ఒప్పుకోలేదు."

రెండు వారాలు గడవకముందే సైనికుల స్థావరంలో జరిగే సంభాషణలను గూర్చి ఆచూకీ కెర్చ్ పొలిట్ రుక్ ఆఫీసుకు చేరింది. లెనిన్ ప్రాతిపదికలోని 4వ అంశం ఆయా తెగలు తమ మత సంబంధమైన ఆచారాలు స్వేచ్ఛగా జరిగించుకోవచ్చుననే హక్కును ఇచ్చింది. కాని ఇతర పౌరుల స్వేచ్ఛకు అవరోధం కలిగించేలా వారి మతాన్ని ప్రచారం

చేయడానికి హక్కు లేదు. వన్యాకు ఎందుకు ఈ విషయం అర్థం కాదు? తన యూనిట్‌లోని వారంతా క్రీస్తును గూర్చి తరచుగా ప్రశ్నిస్తున్నారని పొలిట్ ఆఫీసర్లకు నచ్చజెప్పాలని ప్రయత్నించాడు వన్యా. వాళ్ళు రక్షణ విషయం తెలుసుకోవాలని ఆశిస్తే వాళ్ళ ప్రశ్నలకు జవాబివ్వకూడదని ఏ చట్టం చెబుతుంది? అడిగిన వాళ్ళని ఎలా తృణీకరించగలడు? అసలు విశ్వాసులంతా సాక్షులుగా ఉండాలి కదూ!

తన ప్రేమను గురించి ఇతరులతో పంచుకోమని క్రీస్తు ఆజ్ఞాపించనే లేదనుకో. అయినా వన్యాకు ప్రతి క్షణంలో ఎదురయ్యే ఆనందాన్ని దాచి పెట్టడం ఎలా సాధ్యం? మంచుమయంగా ఉన్న ఆకాశంలోనుంచి రాలి క్రింద పడుతున్న ఆకు దేవుని తాకిడి గురించి చెబుతుంది. మరచిపోయిన ఒక వాక్యాన్ని అకస్మాత్తుగా గుర్తు చేస్తుంది దేవుని స్వరం. బలమైన గాలి దేవుని శక్తిని గూర్చి, చంద్రుడు ఆయన ప్రసన్నతను గూర్చి చెబుతున్నాయి. తన స్వశరీర దారుఢ్యం తనలోనికి కుమ్మరించబడిన దేవుని శక్తిని సూచిస్తుంది.

జూనియర్ పొలిట్ రుక్ ఆఫీసరుగా పనిచేస్తున్న కెప్టెన్ యార్మక్ యువకుడు. తీరిక లేకుండ పనిచేస్తాడు. కమ్యూనిస్టు పార్టీలో తన హోదాను పెంచగల ఒక సవాలు కోసం తీవ్రంగా ఎదురుచూస్తున్నాడు. వన్యా విషయం కష్టతరమైనదైతే మరీ మంచిది. అతని విషయంలోని విజయం తన రికార్డులో రెట్టింపు మంచిదిగా కనిపిస్తుంది. కాబట్టి యార్మక్ తన కర్తవ్యాన్ని గట్టిగా చేపట్టాడు. కెర్చి స్థావరంలోని పదకొండు వందలమంది సైనికుల్లో ప్రతి ఒక్కరూ కమ్యూనిస్టు పార్టీకి, వైజ్ఞానిక నాస్తికత్వానికి సంబంధించిన సిద్ధాంతాలకి పూర్తిగా అంకితమై ఉండాలి. అలాంటప్పుడు మాత్రమే ప్రతి సోవియట్ సైనికుని నుండి ఆశించబడే సంపూర్ణమైన, తక్షణమైన విధేయత విషయంలో రక్షణ శాఖ నిశ్చింతగా ఉండగలదు. వన్యా అతని దగ్గరకు తీసుకొని రాబడుతుండగా స్థిర నిశ్చయంతో తన ముందున్న కాగితాల నుండి కళ్ళు పైకెత్తాడు. మాట్లాడేముందు తన

స్వరంలోని కాఠిన్యానికి సరిపడే భావ ప్రదర్శనను ముఖంలో మార్చుకుంటూ కొన్ని క్షణాలు అలాగే చూశాడు.

"ఎప్పుడన్నా నీవు జబ్బు పడ్డావా? వన్యా?"

ఆ ప్రశ్నకు వన్యా ఆశ్చర్యపడడం అతనికి సంబరం కలిగించింది.

"లేదండి, ఎన్నడూ కనీసం హాస్పటల్ లోపలి భాగాన్ని కూడా నేను చూడలేదండి."

నాటక ఫక్కీలో యార్మక్ తన చేతుల్ని మడిచాడు. చొక్కా చేతి చివరనుండే ఇత్తడి బొత్తాములు కాంతివంతంగా ప్రకాశించడం అతనికి చాలా ఇష్టం. రాజకీయ సంబంధమైన పొరపాట్లు భయంకరమైన నేరాలుగా పరిగణించబడతాయి.

"నీవు ఒడెస్సాలో ఉన్నప్పుడు విపరీతమైన తిరుగుబాటు స్వభావం చూపించావు. సోవియట్ రాజ్యాంగానికి విరోధమైన నీ ఉద్దేశాలు విరమించుకొని, నీవు సైన్య సంబంధమైన విషయాల్లోనూ, రాజకీయ విషయాల్లోనూ నీకున్న జ్ఞానాన్ని పెంపొందించుకొనే అవకాశం ఇవ్వబడింది. కాని నువ్వు లోబడవు. నీవు ఈ స్థావరంలో ఉన్న అధికారులకు పూర్తిగా లోబడడానికి అంగీకరించేవరకు భోజనం లేకుండ గదిలో బంధించబడి ఉంటావు. ఇక వెళ్ళొచ్చు."

వన్యా పంపబడిన గది చెరసాల కాకపోయినా, ఒంటరిగా బంధించి, ఆఫీసర్లను ప్రశ్నించడానికి ఈ గది వాడబడేది. ఆ గదిలో ఒక మంచం, దానిపైన సైన్యానికి సంబంధించిన బూడిద రంగు దుప్పటి, ఒక టేబుల్, మూడు కుర్చీలు, సైన్యానికి సంబంధించిన కొన్ని పత్రికలున్నాయి. ఒక మూలగా ఒక నీటి పంపు, దాని దగ్గరగా ఒక మలవిసర్జన తొట్టి ఉన్నాయి. పెద్ద కిటికీ ఊచలు, రెండు పొరలున్న తలుపు తాళం వేయబడి ఉంది. మధ్యాహ్నం అయినా వెలుగు అంతంతమాత్రంగా ఉంది. గది కూడా చాల చల్లగా ఉంది.

వన్యాకైతే ఆ గది ఒక ప్రార్థనా మందిరంగా ఉంది. అతని మస్తిష్కంలో ఒడెస్సాలోను, కెర్చిలోను ఉండే ఆఫీసర్ల కోపపూరితమైన ముఖాలు మిలిటరీ ఫిలింలోని దృశ్యాల్లాగా అదృశ్యమైపోతూ ఉంటే, ఎంతో కృతజ్ఞతతో మంచంమీద కూర్చున్నాడు. చక్కగా నిద్రపోయి ప్రార్థించడానికి లేవడం ఎంత సంతోషకరమైన విషయం!

ఇంతకుముందు అనేకసార్లు ఉపవాసముండి విజ్ఞాపన చేయాలని ప్రభువు వన్యాను ప్రేరేపించాడు. అలాంటి సమయాల్లో అతడు బహుగా బలపడి ఉజ్జీవింపబడ్డాడు. కెప్టెన్ యార్మక్ ఇవ్వగల గొప్ప బహుమానం దీనికంటె ఏముంది? కృతజ్ఞతతో నిండిన వన్యా తనదృష్టి ప్రభువు వైపు మరిల్చి ఉపవాస ప్రార్థనకు పూనుకున్నాడు. అతడు ఎంతకాలం ఉపవాసముండాలనేది దేవుని చేతిలో ఉంది గానీ యార్మక్ చేతిలో లేదు.

రెండవ రాత్రి క్రమపద్ధతిలో దూరంగా వినిపిస్తున్న అడుగుల చప్పుడికి లేచాడు. ఆ శబ్దాన్ని తెలుసుకొందామని వన్యా ప్రయత్నిస్తూ ఉండగానే తన గది తలుపు తీశారు. గదంతా వెలుగై శబ్దం గదిలోకి ప్రవేశించింది. వన్యా ఇంతకు ముందు ఎరుగని ఒక ఆఫీసరు గుమ్మంలో నిలబడ్డాడు. లైటు వేయకుండానే ఆ చీకటి గదిలో మాట్లాడాడు.

“ఈ హాలు చివర ఉన్న ఉపన్యాసపు గదిలోకి వెంటనే రావాలి” అతని బూట్ల చప్పుడు ఆ పెద్ద వరండాలో త్వరత్వరగా దూరమైంది.

అతణ్ణి ప్రశ్నించడానికి ఆ గదిలో సిద్ధంగా ఉన్న ఏర్పరచబడ్డ ఆఫీసర్ల గుంపును చూడగానే అతి కష్టం మీద పూర్తిగా మేల్కొన్నాడు వన్యా. గోడపై ఉన్న విద్యుత్తు గడియారం వైపు చూశాడు. ఉదయం 2:15. ఆఫీసర్లలో కొంతమంది అక్కడక్కడ అస్తవ్యస్తంగా కూర్చుండి, పొగ పీల్చుకుంటూ, పొగలు చిమ్మే తేనీరు త్రాగుతున్నారు. ఒక్కోసారి చాలా నెమ్మదిగా మాట్లాడుతూ ప్రశ్నించి, జవాబు కోసం ఎదురుచూస్తారు. కొన్నిసార్లు అకస్మాత్తుగా వేరువేరు ఆఫీసర్ల దగ్గర నుండి వివిధమైన నేరారోపణలు, అరుపులు ఒకేసారి అగ్నివర్షంలా వస్తాయి.

ఆరోగ్యం కోల్పోలేదా? తమ మనో[ప్రవృత్తి మార్చుకున్నాడా, లేదా? అతని ఉద్దేశాలు గ్జారిజం కేపిటలిజం (Czarism Capitalism) (అంటే భూస్వాములు, పెట్టుబడిదారులు ఉండే పద్ధతి) కు సంబంధించినవిగాను, ఇంపీరియలిజం (Imperialism) ను సమర్ధించేవిగాను ఉన్నాయి. సోవియట్ సైన్యం (Red Army) లో అతని ఉద్దేశాలు చెల్లవు. అతడు తన విశ్వాసాన్ని బట్టి చూపవలసిన కర్తవ్యాన్ని నిర్లక్ష్యం చేయడం వలన క్రమశిక్షణలో పెట్టబడుతున్నాడు. సోవియట్ రాజ్యం పట్ల, తన తోటివారి పట్ల తన బాధ్యతల్ని ఎన్నాళ్ళు నిర్లక్ష్యపెడతాడు. ఒకవేళ దేవుడున్నాడనే అనుకో, కావాలని ఇన్ని రోజులు ఆహారం లేకుండ ఎందుకు చేశాడు? తన మనోస్థైర్యాన్ని గురించి తనే ప్రశ్నలు సృష్టించుకొన్నాడు. మార్క్సిస్టు లెనినిస్టుల బోధలను తృణీకరించడం సోవియట్ జీవిత విధానాన్నే తృణీకరించినట్టేనని తను గ్రహించలేదా? మానవుడు తాను గ్రహించలేని కరువు కాటకాల్ని, వ్యాధి బాధల్ని, ఆర్ధిక వ్యవస్థల్ని సమర్ధించడానికి దేవుడనేవాణ్ణి సృష్టించుకొన్నాడు. కాని ఇప్పుడిక దేవుడనే ఉద్దేశంతో పనిలేదు. స్వతంత్ర సోషలిస్టు పౌరుని అభివృద్ధిని ఆ ఉద్దేశం కుంటు పరుస్తుంది. అలాంటి ఉద్దేశాలను ప్రచారం చేసేవారంతా సోవియట్ దేశానికి విరోధులు.

తాను పస్తుబడ్డ ఆ రోజులన్నిటిలోను ప్రశ్నించబడేందుకు రాత్రివేళల్లో చాలామంది ఆఫీసర్ల మధ్యకు, పొలిట్ ఆఫీసర్ల ముందుకు, ఒకటి రెండుసార్లు తండ్రిలా చల్లగా మొదలుపెట్టి వెనువెంటనే భయంకరంగా తిట్టుకుంటూ అరిచే ఒకే ఒక్క ఆఫీసరు ముందుకు పిలువబడ్డాడు.

ఈ పరీక్ష అంతం కావడానికి ఐదు రోజులు పట్టింది. ఆ చివరి ఉదయ వాగ్వివాదాల శబ్దం, ఏదో వస్తువుని కదిలిస్తున్న శబ్దం వినబడి వన్యా మూయబడిన గది గుమ్మం దగ్గరికో పాతబడిన ఎక్స్‌రే యంత్రం నెట్టబడింది. ద్వారాలు ఈ పెద్ద యంత్రాన్ని తమగుండా పోనిస్తాయా లేదా అన్న సమస్య మీద భయంకరంగా వాదించుకొంటున్న స్వరాలు

వన్యాకు వినిపించాయి. చివరికి తన ఆహార మార్గం ఎక్స్‌రే తీయబడడానికి గాను వన్యాను హాలులోకి త్రోశారు. ఇది ఏ మాత్రం వైద్యానికి సంబంధించిన విషయం కాదని కలతతో, నిరాశా సూచకమైన శబ్దాలు నోటితో చేస్తున్నాడు ఎక్స్‌రే టెక్నీషియన్. హాస్పిటల్ నుండి ఇంతదూరం చలిలో అతణ్ణి తీసుకొని రావడం, మంచుమయమైన మార్గాల్లో ఎత్తు పల్లాల్లోంచి త్రోసుకుని వచ్చి ఆ యంత్రం సరిగా పని చేయాలని ఆశించడం, సోవియట్ ఆస్థిని నిర్లక్షం చేసిన నేరమే అవుతుంది.

కాసేపైన తరువాత చేతిలో ఎక్స్‌రే, ఒక రిపోర్టు కాగితం తీసుకొని కెప్టెన్ యార్మక్ గదిలోకి వచ్చాడు. అక్కడున్న ఓ చెక్క కుర్చీలో కూర్చుని ఆ ప్రశ్న ఇంతకుముందెన్నడూ అడగనట్టు, "సరే వన్యా, నీ మనసు మార్చుకున్నావా? భోజనం లేకుండా ఐదు రోజులు గడిచాయి!"

మంచం నుండి కొన్ని అడుగుల దూరంలో మాత్రమే కూర్చున్న కెప్టెన్ ఎక్కడో దూరంగా, చిన్నగా వన్యాకు కనిపించాడు. వన్యా చాలా బలహీనంగా ఉన్నప్పటికీ యార్మక్ అడిగిన ప్రశ్న మీద, తన జవాబు మీద దృష్టి కేంద్రీకరించి ఇలా ప్రారంభించాడు, "ఒకరాత్రి చాలా చలిగా ఉంది. ఆ రాత్రి నేను రెండుసార్లు లేపబడినందువల్ల నిద్రపోవాలని ఆశించాను. గానీ నిద్ర రాలేదు. అందుచేత నా కుటుంబం కోసం, నా స్నేహితుల కోసం, మీ కోసం కూడా ప్రార్థిస్తుండగా..."

అసహనంగా కెప్టెన్ యార్మక్ కుర్చీలోంచి లేచి కిటికీ అవతల పడుతున్న మంచు బిందువుల్ని అదే పనిగా చూస్తున్నాడు.

"నేను ఆకలిగా ఉన్నానని ప్రత్యేకంగా గ్రహించకపోయినా, అలసట వల్ల చాలా చలిగా ఉన్నాను. అలా ప్రార్థిస్తుండగా అద్భుతమైన రీతిగా దేవుడు నన్ను ముట్టాడు. నాకు వెట్ట పుట్టడం మాత్రమే కాకుండా, అకస్మాత్తుగా రుచికరమైన విందారగించినంత తృప్తి కలిగింది. ఆ వెనువెంటనే నిద్రపోయాను. నేను లేచేసరికి సూర్యకాంతి కిటికీ గుండా

లోనికి వస్తుంది. ఆ కిటికీ పైన ఓ పక్షి కూర్చుండి కిలకిలరావం చేస్తుంది. బైబిలులో ఓ వాక్యముంది, "శ్రమ దినమందు నీవు నాకు మొరపెట్టుము, నేను నిన్ను విడిపించెదను; నీవు నన్ను ఘనపరచెదవు." దేవుని సహాయం వల్లనే నేను ఆకలిగా గానీ, జబ్బుగా గానీ లేకుండా ఉన్నాను. ఇక 'మనసు మార్చుకోవడం' ఎలా సాధ్యం? మీరు నన్ను చూస్తే దేవుడు నాకు చేసిన దాన్ని గ్రహించగలరు గదా!"

కోపంతో మనసు ఉడికిపోతుంటే అలాగే మంచువైపు చూస్తూ ఉన్నాడు యార్మక్. రాజకీయ నాయకుడుగా అతని హోదా వన్యాలాంటివారిపై సాధించే విజయం మీద ఆధారపడి ఉంటుంది. ఇప్పటికే కొలొనెల్ మాల్సిన్ ఒక హెచ్చరిక పంపాడు. "వన్యాకు భోజనం పెట్టండి, మీరు పస్తులు పెట్టి చంపేస్తే ఆ నింద నామీదికి రావడం నాకిష్టం లేదు." ఆత్మ గౌరవం చల్లబడిపోతుంటే గది వదిలేసి వెళ్లిపోయాడు యార్మక్.

మిలటరీ ఉదయకాల పరుగులో వన్యా సేర్గెయ్‌ని కలిశాడు. నల్ల సముద్రం నుండి చిక్కని పొగమంచు వచ్చి చెట్లను కనుమరుగు చేసింది. ఉదయకాల అల్పాహారానికి ముందు పదిహేను కిలోమీటర్లు పరుగెత్తేలా ఆపైన దినదినం పరుగెత్తవలసిన దూరాన్ని పెంచుతూ ఉండడం వల్ల వారి సహనశక్తిని నానాటికీ హెచ్చించవచ్చునని వారి భావన. పొలాల్లోంచి, సందుల్లోంచి మంచులో సగం మాత్రమే కనిపించే గుంటల్ని దూకుతూ విపరీతమైన కష్టంలో పరుగు పెడతారు. గడ్డకట్టిన మంచు, క్రిందనున్న భూమి కూడ ఈ పరుగుల్లో వారి పాదాల ధాటికి తట్టుకోలేక బాధతో మూలుగుతున్నాయా అనిపిస్తుంది.

వన్యా వెనకబడి తన గొంతును ఆర్పివేస్తున్న ఆ భయంకరమైన దాహాన్ని విస్మరించాలని తగినంత వేగంతో పరుగెత్త ప్రయత్నం చేస్తున్నాడు. వేరే యూనిట్‌కు సంబంధించిన సైనికుడొకడు తనతోపాటే పరుగెడుతున్నట్టు నెమ్మది మీద గ్రహించాడు. "ఆయన తిరిగి లేచాడు" అని రొప్పుతూ అన్నాడు ఆ సిపాయి.

పిల్లగాలి ఆ పొగమంచును చిన్నాభిన్నం చేయజూస్తుంది. నెమ్మదిగా ప్రక్కనున్న ఆ సైనికునివైపు చూశాడు. అతని ముఖం అలసట వల్ల పాలిపోయినా, చిరునవ్వుతో వెలుగుతుంది. మళ్ళీ అన్నాడు, "ఆయన లేచాడు... సోదరా... ఆయన ... ఉన్నాడు."

అంతే, మంచుమయమై ఎక్కుడుగానున్న కొండ దిగువకు ఆ భూమి పల్లంగా ఉన్నట్టూ, ఆనంద పారవశ్యంతో పరుగెత్తుతున్నట్టూ అనిపించింది వన్యాకు. అత్యంతోత్సాహంగా క్రైస్తవ ఈస్టరు శుభాకాంక్షలు ఆయాస పడుతూనే సమాధానం చెప్పాడు వన్యా, "ఆయన నిజంగా తిరిగి లేచాడు, హల్లెలూయ" అన్నాడు.

ఆ స్థావరం యొక్క ముందటి గేటు దగ్గర సైన్యానికి సంబంధించిన వాహనాలను పెట్టే పెద్ద గ్యారేజిలో తర్వాత కలుసుకోవడానికి నిశ్చయించుకున్నారు. ఒకప్పుడు ఆ రాతి కట్టడాన్ని గుఱ్ఱపుశాలగా వినియోగించేవారు. అంతకుపూర్వం యుద్ధాల్లో దాని సైనిక స్థావరంగా ఉపయోగించారట. దాని గోడలు వెడల్పుగా ఉండడం వల్ల చలిని చాలామట్టుకు ఆపుతున్నాయి. ఆగిన వాహనాల మధ్యనుండే త్రోవలు నడవడానికీ, ప్రార్థించడానికీ అనుకూలంగా ఉన్నాయి. అప్పుడప్పుడు సైనికులు చాటుగా పొగ త్రాగడానికి దాంట్లో ప్రవేశించినా వన్యా, సెర్గెయ్‌లు కలుసుకొనే ఆ కొద్దిపాటి సమయంలోనే వారికి ఏకాంతం లభించేది.

ఏ మాత్రం తీరిక లభించని సైనిక జీవితంలో ఇలాటి సమావేశం తరచుగా దొరికేది కాదు. కాని ఆ స్థావరంలో సెర్గెయ్ ఉండడం వన్యాకు ఎంతైనా సంతోషాన్నిచ్చింది. తనతో మరో సోదరుడు కూడా ఉన్నాడనే సంతోషం "ఏం ఫర్వాలేదిక" అన్నంత ధైర్యాన్ని వన్యాకు కలిగించింది. అలాంటి సమయంలోనే పొలిట్ రుక్ మేజర్ అలెగ్జాండర్ పెట్రొవిచ్ గిడెన్కో తనను వచ్చి కలవమన్న పిలుపు వినేసరికి అదురుపాటు, విభ్రాంతి కలిగింది వన్యాకు.

☆ ☆ ☆

అధ్యాయం 5

"పరిశుద్ధుడు మెత్తటి పరుపుల మీద నిద్రపోడు"

మేజర్ గిడెన్కో స్థూలకాయంతో సింహంలాంటి ముఖం, సైనికునికి ఉండాల్సిన రీతిగా పొడవుకు తగ్గ శరీర నిర్మాణం కలిగి ఉంటాడు. యువకుడుగా ఉన్నప్పుడు ఆటపాటల్లో మిన్నంది సంపాదించిన అవార్డులు, బహుమానాల వల్ల తన ఉపాధ్యాయులకు, సహ విద్యార్థులకు చాలా ప్రియుడయ్యాడు. రష్యా అంటే అతనికెంతో ఇష్టం. విప్లవ సంవత్సరంలోనే పుట్టాడన్న విషయం ఏదో సాధించబోతున్నాడనే విశ్వాసాన్నిచ్చి, కష్టతరమైన కళాశాల విద్యాభ్యాసంలో అతణ్ణి ఎంతో ధైర్యపరచింది. కళాశాల చదువు ముగించి తన జీవితాన్ని సైన్యానికే అంకితం చేసుకున్నాడు. కెర్చి పొలిటికల్ డైరెక్టివ్ కమిటీ అధ్యక్షుడుగా నేరాల విషయాలు చక్కబెట్టే పొలిట్ రుక్ కమిసార్‌ను తీసుకురాకముందే వన్యా విషయం చక్కబెట్టాలని నిర్ణయించు కున్నాడు.

గిడెన్కో నిట్టూర్చాడు. ఇప్పటికి ముప్ఫయి రెండేళ్ళుగా సైన్యంలో ఉండి రకరకాల మనుష్యుల్ని చూస్తున్నాడు. గాని ఈ మత ప్రవిష్ఠుల్ని మాత్రం అర్థం చేసుకోలేకపోతున్నాడు. వాళ్ళ వింతైన అలవాట్లు విడిచిపెట్టి పూర్తిగా సోవియట్ జీవితంలో ప్రవేశించి, దానివలన కలిగే ఫలితాలను అనుభవించ డానికి పూర్తిగా ఎందుకు పూనుకోరు?

రెండవ ప్రపంచ యుద్ధం గిడెన్కో జీవితంలో ఒక నూతన పరిణామం కలిగించింది. స్టాలిన్ గ్రాడ్ యుద్ధంలో యువక సైనికుడుగా ఫాసిస్టు దళానికి చెందిన తుపాకుల్ని వంద మీటర్ల దూరంలో ఉండగా బెదరిపోయి చూశాడు. ఆ యుద్ధంలో బ్రతికి బయటపడతానని నమ్మిక కోల్పోయాడు. అతడు కళ్ళారా చూసిన హిట్లర్ క్రూరకృత్యాలు జీవితం మీద విరక్తి

కలిగించాయి. అతని తోటివారి తెల్లని యూనిఫారం మీద పడే సూర్యకాంతి వల్ల, మంచువల్ల తాను గుడ్డివాడై పోతాననుకున్నాను. బాంబు వల్ల ధ్వంసం అయిపోయిన ఒక మిల్లు మూలలో ఉన్న పార్టీ ఉన్న కార్యాలయానికి చాటుగా వెళ్ళి కమ్యూనిస్టు పార్టీలో చేరిపోయాడు. పార్టీ కార్డు తీసుకొని యుద్ధంలోకి వెళ్ళాడు. బ్రతకాలని ఉంది కాబట్టి బ్రతికి బయట పడ్డాననుకున్నాడు. రష్యా దేశసేవ కోసమే పుట్టి, దానికోసమే జీవిస్తున్నాడు.

ఇంకా ప్రజలు 'దేవుడు' అనే భావాన్ని పట్టుకు వ్రేలాడటం అర్థం కాని విషయం. బహుశా వృద్ధులు అలాంటివాటిని మార్చుకోవడానికి భయపడడం సమంజసం. కాని ఒక యవ్వనస్తుదు, ఏ మాత్రం హానికరంగా కనిపించకపోయినా గాని అలాంటి కట్టుకథలను అంగీకరించడం ఏమిటి? వన్యా సోషలిస్టు పాఠశాలల్లోనే విద్యాభ్యాసం చేశాడు. మతం కేవలం నీచమైనదనీ, క్రైస్తవ్యం, అందులోని మోసగాళ్ళయిన పాదిరీలు, భూస్వాములైన సంఘుస్థులు రష్యా దేశానికి వినాశనకారకులని అతడికి నేర్పించబడింది.

విపరీతమైన చలిగాలి మిలటరీ స్థావరం మీదుగా వ్యాపించి మంచు మయమైన పొలాల మీద మైళ్ళవరకూ వీచింది. గిడెన్కో మళ్ళీ నిట్టూర్చాదు.

ఆ ముందురాత్రి భోజనపు బల్ల దగ్గర పొగలు గ్రక్కుతున్న కేబేజీ సూపు ప్లేటు మీదుగా భార్యవైపు చూసి వ్యసనపూరితంగా నవ్వి, "క్రైస్తవుల్ని మార్చడం ఏమాత్రం తేలిక కాదు. వారిని మార్చడానికి వైజ్ఞానిక నాస్తికం ఏమాత్రం సరిపోదు. వారిని మార్చేది భయంకరమైన శిక్ష మాత్రమే. కేవలం నాస్తిక బోధనా విధానం మీద మాత్రమే ఆధారపడి పని చేయాల్సివస్తే పొలిట్ రుక్‌ను మూసివేయాల్సి ఉంటుంది" అన్నాడు.

అయినా ఈ వన్యా విషయంలో మాత్రం ఏదో ఒక విధంగా కొలొనెల్ మాల్సిన్‌కు తాను లెక్కచెప్పాల్సి ఉన్నాడు.

మేజర్ గిడెన్కో ఆఫీసు దూరం కావడం వల్ల మంచులో త్రవ్వబడ్డ త్రోవలో గుండా నడిచిపోతూ ప్రార్థించుకోవడానికి దేవుడిచ్చిన సమయాన్ని బట్టి ఆయన్ను స్తుతించాడు వన్యా. అలా నడుస్తూ, ఇంటి దగ్గరుండగా తన చిన్న తమ్ముడు ఇల్యూషా నేర్పించిన బైబిలు వాక్యపు పాట మనసులో ఉండగా, దాన్ని నెమ్మదిగా పాడుతూ లయబద్ధంగా అడుగులు వేస్తున్నాడు. "యెహోవా యందలి ఆనందమే మీకు బలము" అనే పాట రాగానికి, భావానికి తనలో కలిగిన ఉత్సాహం మంచుమీద పడుతున్న సూర్యకాంతి అంత ఆహ్లాదంగా ఉంది.

ఆకాశం నిర్మలంగా ఉంది. ఏదో మెరుపులా ఆకాశంలో తళుక్కుమంది. "యెహోవా యందలి ఆనందమే నాకు బలము." అతణ్ణి ఆనందం నింపివేస్తుంది. ఆ స్థావరపు మధ్యభాగంలో ఉన్న చిన్న చదరపు పార్కులోని చెట్లన్నీ మెరిసిపోతున్నట్టు అనిపించింది. అదే క్షణంలో "వన్యా, వన్యా" అన్న పిలుపు విన్నాడు.

దేవదూత అతనికి పైగా ఉన్నట్టు అతని కాంతివల్ల వన్యా హృదయం లోని భయం, సంతోషం సమ్మిళితమై హృదయ స్పందనను ఆపివేసినట్టు వన్యా అనుకొన్నాడు.

ఆ స్వరం ఎంతో స్పష్టంగా పొరబడనిదిగా, వింతగా, వర్ణించనలవి కానిదిగా ఉంది. "భయపడవద్దు" ప్రకాశిస్తున్న ఆ దేవదూత శరీరం గుండా పార్కులో అవతలివైపునున్న పెద్ద చెట్టును చూడగలుగు తున్నాడు. ఆ దూత ఆకారం ముందుకు కదులుతున్నట్టు అనిపించింది. దిగ్భ్రమతో చూస్తూ నడక ప్రారంభించాడు వన్యా. ఆ దూత ప్రకాశం సూర్యకాంతి కంటే మిన్నగా పార్కును వెలిగించింది. మళ్ళీ ఆయన మాట్లాడాడు,

"భయపడకు, వెళ్ళు, నేను నీతోనే ఉంటాను." జవాబివ్వడానికి వన్యాకు మాటలు దొరకలేదు. అతని ఆనందం అతనిలో అగ్నిజ్వాలలా అనిపించింది. మేజర్ గిడెన్కో గదిముందు తానెలా చేరాడో ఎంత

ఆలోచించినా తనకే అర్థం కాలేదు. ఆ కాంతి తగ్గిపోయినా గాని ఆ దేవదూత ఇంకా తనతో ఉన్నట్టే అనిపించింది. మేజర్‌గారి ఆఫీసు ముందుకెళ్ళి తలుపులను నెమ్మదిగా తట్టాడు. వన్యాను చూసి గిడెన్కో కారుణ్యభావంతో చిరునవ్వు విసిరాడు. తాను తలంచిన దానికంటే ఈ పని సులువౌతున్నట్టు అనుకున్నాడు. అయితే ఈ పని పొలిట్ ఆఫీసరు యార్మక్ ఇదివరకే ఎందుకు చేయలేకపోయాడు? వన్యా వయస్సు తెలియకపోతే పదహారేళ్ళుంటాయని ఊహించుకోవచ్చు. అయితే అతని ముఖం గ్రామీణ బాలుని ముఖంలా ఉంది.

"కూర్చో బాబు" చేయి చాచి అక్కడ తన బల్ల ముందున్న తోలు కుర్చీవైపు చూపించాడు. ఆయనలో ఏదో మృదుత్వం ఉన్నట్టుంది.

"నీవు మాల్దేవియాకు చాలా దూరంగా ఉన్నావు కదూ, వన్యా?"

"అవునండీ"

"ఇంకో సంవత్సరమైతే నీకు సెలవు దొరుకుతుంది కదూ?"

"అవునండీ"

"మీవాళ్ళ మీద బెంగగా ఉందా? అమ్మా, నాన్నలమీద?"

"అవునండీ, నేను సైన్యంలో చేరిన మొదట్లో ప్రతిరోజూ నేను ఇంటికి లెటర్ వ్రాసేవాడినని గుర్తొస్తుంది. ఇప్పుడైతే అది నాకు చిత్రంగా అనిపిస్తుంది."

"ఇంటికి చాలా ఉత్తరాలు వ్రాస్తావా?"

"ప్రతిరోజూ కాదనుకోండి, అయినా నాకు సమయం లేదు."

"లేదా? ఏం?"

"పదే పదే పొలిట్ రుక్ వద్ద ప్రశ్నించబడుతూ చాలా సమయం గడపాల్సి వస్తుందండి"

"ఇలాంటి ప్రశ్నలకు ఇంకా సరియైన జవాబులు నీవు నేర్చుకోవడం లేదా? నీవు అర్థం చేసుకోలేని విద్యార్థివిగా నాకు కనిపించడం లేదు"

"కొన్నిసార్లు నిజమైన విషయాలకూ, సరియైన జవాబులకూ తేడా ఉంటుంది సార్. కొన్నికొన్నిసార్లు ఆ 'సరియైన' జవాబులివ్వడానికి దేవుడు అనుమతించడం లేదు"

"అవునా? నీ దేవుడెవరు?" ఆ ప్రశ్న అడిగిన వెంటనే ఎందుకడిగానా అని బాధపడ్డాడు గిడెన్కో. దొరికిన తరుణానికి సంబరపడుతున్న ముఖంతో కుర్చీలో ముందుకి వంగాడు వన్యా.

"అయ్యా, ఆయన విశ్వాన్నంతటినీ సృష్టించినాడండి. ఆయన ఆత్మ స్వరూపియై యుండి మానవుని బహుగా ప్రేమిస్తున్నాడండీ.."

"అవునవును, నాకు క్రైస్తవుల బోధలు తెలుసులే" గిడెన్కో కుర్చీని కదిపాడు. "నీవు ఇవ్వలేకపోతున్నానని అన్నావే, ఆ సరియైన జవాబు ఏమిటో చెప్పు. అవి సత్యం కాదంటావా? ప్రతిభావంతమైన సోవియట్ సైన్యపు సిద్ధాంతాల్ని నీవంగీకరించావా?"

"లేదండీ"

"పోనీ నీవు సోవియట్ రాజ్యాంగం, సైనిక బలం మీద ఆధారపడిన వైజ్ఞానిక నాస్తికత్వపు సూత్రాన్ని అంగీకరించావా?"

"దాన్లో ఏది అసత్యమని నాకు తెలుసో దాన్ని నేనంగీకరించలేను. మిగిలిన ప్రతి విషయాన్నీ సంతోషంగా అంగీకరిస్తాను"

"దేవుని ఉనికిని తెలియజేయడం అసాధ్యం. మత ప్రవిష్టులు, మతాధికారులు, పాస్టర్లు కూడా ఆ విషయానికి అంగీకరిస్తారు"

మేజర్ స్వరంలో అంతవరకూ ఉన్న ఆప్యాయత నశించిపోయినట్లు గ్రహించాడు వన్యా. జవాబివ్వకముందే మనసులో ప్రార్థన చేసుకోవడం ప్రారంభించాడు. తన మాటను మరింత నొక్కిచెప్పాడు గిడెన్కో.

"చూడూ, నువ్వు దేవుణ్ణి తెలుసుకున్నట్టు చెబుతున్నావు గానీ మీ క్రైస్తవ బోధకులు సహితం అలా మాట్లాడరు."

"దేవుని నిరూపించడాన్ని గురించినంతవరకే వారు మాట్లాడతారండి. ఆయన్ను తెలుసుకోవడమనే విషయంలో నాకు సందేహమే లేదండి. ఆయన ఇప్పుడీ గదిలో నాతోకూడ ఉన్నాడు. నేనిక్కడికి రాకముందు నన్ను ధైర్యపరచడానికి ఆయన తన దూతను పంపించాడు."

వన్యాని గుచ్చి చూశాడు గిడెన్కో. సంకుచిత మనస్సు గలవాడిలా నటించడానికి ప్రయత్నం చేస్తున్నాడా? సైన్యంలోనుండి వెళ్ళిపోవడానికి అతని ప్రవర్తన ఒక తంతు కాదుకదా? అతనిలో తప్పక సంకుచిత తత్త్వమున్నదని బాహాటంగా తెలుస్తుంది. కుర్చీలోంచి బరువుగా లేచాడు. "వన్యా, సైన్యంలో నీలాంటివాళ్ళను ఇంతకుముందు కొందరిని చూశాం. ఎప్పుడూ ఒకళ్ళో ఇద్దరో ఉండడమనేది నిస్సంకోచమైన విషయం." వన్యా కళ్ళలో కనిపించిన ఆనందాన్ని చూడకుండా కళ్ళు తిప్పుకున్నాడు గిడెన్కో. వన్యా అపాయకరమైన మత ప్రవిష్ఠుడు కాదనీ, ఇంటిపై గల ఆశకొద్దీ సెలవుకోసం ప్రాకులాడే పనివాడనీ నిశ్చయించు కొన్నాడు గిడెన్కో. వన్యాలాంటి యువకుల్ని ఇంతకు ముందుకూడా తాను చూశాడు. ఐదు రోజులు ఆహారం తినకుండా ఉండి కూడా ఆకలి లేనట్టు నటించడంలేదా? తినడానికి ఆహారం వారి ముందుంచినప్పుడు కూడా అర్థం కానట్టు నటించిన సైనికులను కూడా చూశాడు. మానసికంగా అస్వస్థతగా ఉన్నట్టు నటించి ఇంటికి పోవాలనుకునేవారి జబ్బు ఓ మనస్తత్వ శాస్త్రజ్ఞుని సందర్శించి వస్తే సరిపోతుంది.

వన్యాలో కనిపించే నిర్మలత్వానికి మాత్రం ఏ అనుమానమూ లేదు. సరియైన రీతిలో అబద్ధం కూడా చెప్పలేనంత సౌమ్యుడుగా ఉన్నాడు.

గిడెన్కో మాటల్లో విసుగు కనిపిస్తుంది. "నీ అక్రమ ప్రవర్తనలోనే నీవు కొనసాగేలా కనిపించడం విచారకరం. అది నాకు అసౌకర్యాన్ని తప్పించి

మరి దేన్నీ ఇవ్వదు. ఏమైనా గాని కాస్త క్రమంలో పెడితే గనక మాట్లాడే దేవుళ్ళు, దూతలు అనే భ్రమ నుండి బైటకు రాగలవనుకుంటున్నాను. నిన్ను గూర్చి, దేవునితో నీ అనుభవాల్ని గూర్చి, ఈ శిక్షణా కేంద్రం మంతటిలో నీవు ప్రచారం చేస్తున్న బుద్ధిహీనమైన విషయాలను గూర్చి నీవు నా దగ్గరకు వచ్చి క్షమాపణ కోరేవరకూ ఈ రాత్రి లైట్లు తీసేశాక నీవు వీధిలో నిలబడి ఉండాలి. ఉష్ణోగ్రత 0^0 కంటే 25% తక్కువ ఉండవచ్చు. కాబట్టి నీవు త్వరగానే నీ ప్రవర్తన విషయంలో ఒక నిశ్చయం చేసుకొంటావని ఆశిస్తున్నాను. రేపు రాజకీయ సంబంధంగా నీకొక నూతనమైన బోధనా కార్యక్రమం ఏర్పాటు చేస్తాం. ఇక వెళ్ళవచ్చు."

ఎంతో ధైర్యంతో వన్యా ఆ శిక్షణను స్వీకరించడం గిడెన్కోకు ఎందుకో చికాకు కలిగించింది. ఏదో కాసేపు తటపటాయిస్తాడనీ, కాస్సేపు మళ్ళీ ఆలోచిస్తాడనీ అనుకున్నాడు. కాని వన్యా ముఖం మాత్రం ప్రశాంతంగా ఉంది. తన రొమ్ము చాచుకొని ధైర్యంగా, కృంగిపోని సైనికునిలా అడుగులు వేసుకుంటూ ద్వారం వైపు నడిచాడు.

"కామ్రేడ్ సిపాయీ!"

వన్యా వెనుతిరిగాడు. అతని ముఖం తెల్లబారి ఉండడం గమనించాడు. ఇవ్వబడిన ఆదేశాన్ని గ్రహించనే గ్రహించాడుగా, ఇంకేమిటి?

"నీవు వేసవి కాలంలో ధరించే పల్చని యూనిఫారంలో నా ఆదేశాన్ని నెరవేర్చవలసి ఉంటుంది. అంతే."

*   *   *   *   *

వన్యా వెళ్ళి వేసవి యూనిఫారం కోసం అడిగితే ఆ విభాగానికి చెందిన వృద్ధ ఆఫీసరు నమ్మలేకపోయాడు. "ఇప్పటికే పొలాల్లో రెండడుగుల ఎత్తున మంచు పడలేదా?" ఆశ్చర్యంతో ఆజ్ఞాపత్రం చదువుతూ తన చేత్తో గడ్డం మీద రుద్దుకున్నాడు. ఎందుకో ఆ ఆజ్ఞ సరియైనది కాదనిపిస్తుంది.

ఏదైనా పొరపాటు దాంట్లో ఉంటే తాను నిందించబడకూడదు. శీతాకాలంలో వేసవి దుస్తులు ఎందుకడగాలి? ఎందుకని కావాలంటున్నారు? వన్యా ఇచ్చిన వివరాలు ముడతలుబడ్డ అతని కళ్ళలోకి చిత్రమైన భావాల్ని తీసుకొచ్చాయి. ఏదో హాస్యమాడుతుంటే తాను దానికి బలైపోతున్నాననుకున్నాడు.

ఫోన్ ద్వారా పొలిట్ రుక్‌ను కనుక్కొన్న అనంతరం పలుచని ప్యాంటు, చొక్కా, చిన్న కోట్లు, టోపీ వన్యా చేతికందాయి. బాధగా నెరసిన తల అడ్డంగా ఊపుతూ ఆ దుస్తులు వన్యా చేతిలో పెట్టి నిశ్చేష్టుడుగా ఉండిపోయాడు ఆ వృద్ధుడు. సానుభూతి గల ఆ కళ్ళ వెనుకనున్న భారమైన తలంపులు వన్యాకు అర్థమయ్యాయి.

చంద్రుడు పైకి లేస్తూ ఉండగా ఓ పెద్దగాలికి ఆయా భవనాల మూలల్లోనున్న మంచు ధూళి పైకి లేచి వీధులగుండా కొట్టుకుపోతుంది. సైనికులు రాత్రి కోసం వస్త్రాలు మార్చుకొని అప్పటికే చలిగా ఉండడం వల్ల వారి వారి పడకల్లో బరువైన దుప్పట్ల క్రిందికి దూరిపోయారు.

ఇగార్ మార్కొవ్ కాడ్‌బెక్ సిగరెట్టు పీలుస్తూ దుప్పటి ముసుగేసుకొని గోడకాని నిలబడ్డాడు. ఇద్దరూ జార్జియా నుండి రావడం చేత తన మాతృభూమికి సంబంధించిన నల్లటి మెరిసే కళ్ళు, నల్లని జుట్టు, దేనికీ తొందరపడని స్వభావం కలిగి ఉన్నాడు. అయినా వన్యా విషయం మాత్రం తనకేమీ అర్థం కాలేదు. వేసవి దుస్తులు ధరించుకొంటుంటే వింతగా అతనివైపు చూశాడు.

“నీవు చేస్తున్నదేమిటో ఓసారి చెప్పు వన్యా” అన్నాడు. ప్రక్కనున్నవారికి మాత్రమే వినిపించేలా ఉండే ఆ పడకల దగ్గర సంబాషణలన్నీ ఆగిపోయాయి. వచ్చే నవ్వు ఆపుకొంటూ వన్యా పడకపైగా నున్న వ్లడిమీర్ యాకోవ్ లెవిచ్ అల్బా పొడిగా దగ్గాడు.

పదే పదే తన గొడవ వల్లించడానికి విసిగిపోతున్నాడు వన్యా. రాత్రి భోజన సమయంలో అడవి అంటుకొన్నట్లు ఈ కొత్త శిక్షను గురించి

అందరికీ తెలిసిపోయింది. బల్ల దగ్గర సూప్ వడ్డించడానికి నియమించబడ్డ సిపాయి వన్యాకు బట్టలిచ్చిన ఆఫీసరు దగ్గర ఈ సంగతి విన్నాడంట. తాను పోస్తున్న ప్రతి గరిటె సూప్‌తోబాటు ఈ వార్త కూడా వడ్డించాడు. వన్యా భోజనం ముగించి తిరిగి వస్తుండగా కనీసం డజనుసార్లైనా ఎవరో ఒకరు హెచ్చరించడమో, ప్రశ్నించడమో జరిగింది.

తన జవాబు మాత్రం సూటిగా, అర్థం లేనిదిగా ఉంది. "దీపాలు తీసేసాక నేను డ్యూటీలో ఉన్న ఆఫీసరుకు కనబడి ఆరుబైట నిలువబడాలి." వాళ్ళా మాటలు నమ్మలేక నవ్వారు. కాని వన్యా ఏమీ అనుకోలేదు. ఒకవేళ పొలిట్ రుక్‌వారు వన్యాను అందరికీ మేల్కొలుపుగా ఉపయోగించుకోదలిస్తే, వారి ఉద్దేశం సఫలమౌతుంది. వాళ్ళంతా మళ్ళీ వన్యా చెప్పేది వింటూండగా ఇగార్ సంభాషణలోకి దూకాడు.

"ఎంతసేపు చలిలో అలా ఉంటావు?"

"చలికి చచ్చిపోతావు కాబట్టి నీ పట్టుదలను వదులుకోవడం మంచిది."

"మతాన్ని గురించి మాట్లాడకుండా ఉంటానని ఎందుకు నీవు ఒప్పుకోకూడదు?"

"లోలోన విశ్వసించి నిశ్శబ్దంగా ఉంటే సరిపోతుంది గదా?"

"బయటకు వెళ్ళిన ఐదు నిమిషాలకే ఎలాగైనా లోపలికి నీ దేహాన్ని తెచ్చెయ్యాల్సి ఉంటుంది."

ఇగార్ స్వరం పెంచి మాట్లాడుతుంటే మిగిలినవాళ్ళంతా ఊరుకొన్నారు.

"వన్యా, ఎందుకిదంతా? నీవిలా చేయడానికి నీవు విశ్వసించేదేమిటి?"

"దేవుడు తానున్నాడని, మానవుని ప్రేమిస్తున్నాడని, ఈ లోకానికి నిజంగా మానవునిలా, యేసుక్రీస్తులా వచ్చాడనీ మానవులు గ్రహించాలని ఆయన ఆశిస్తున్నాడని నా విశ్వాసం. అప్పుడు దాదాపు క్రిస్మస్ సమయం. ఆ సమయంలో విశ్వాసులమైన మేము యేసు బాలుడుగా బేత్లెహేములో

జన్మించిన సందర్భాన్ని ఉత్సాహంతో ఆచరిస్తాం. ప్రపంచమంతటా విశ్వాసులు దేవుడు చేసిన ఈ గొప్ప కార్యాల్ని బట్టి ఆయన్ను స్తుతిస్తారు. ప్రతి మానవుని పాపాల కోసం మరణించడానికే ఆయన ఈ భూలోకానికి వచ్చాడని నా విశ్వాసం. నా కోసం ... ఇగార్.. నీకోసం కూడా."

డెమ్చెన్కో అనే కంసోమాల్ యువజన సమాఖ్య అభిమాని ఒకడు కొన్ని మంచాలకు అవతల ఉండి పెద్ద స్వరంలో అందుకున్నాడు. "కామ్రేడ్స్, మనకిలాంటి వాగుడు ఎందుకు? నా మట్టుకు నాకైతే ఏ మాత్రం ఇష్టం లేదు. ఆ మాటలు అందరికీ ముఖ్యంగా కామ్రేడ్ ఇగార్‌కి కూడా ఆసక్తి కలిగించడం నాకు కుతూహలంగా ఉంది."

ఆ గదిలో వన్యా చుట్టూ గుమిగూడిన ఆ చిన్నగుంపులో ఉన్న వ్లాడిమీర్ యాకోవ్ లెవిచ్ హాస్యంగా ఇలా అన్నాడు, "ఇగార్‌కి అసలే ఇష్టం లేదు. క్రిస్మస్ గురించి మాట్లాడితే బాప్టిస్టులకు ఇష్టం ఉండొచ్చు గాని ఇగార్‌కి మాత్రం కాదు. అతనికి తన సిగిరెట్లు, సారాయే దేవుడు."

పడకల మధ్య యధాలాపంగా సాగిపోతున్న నవ్వులు ఒక్కసారిగా ఆగిపోయాయి. దూరంగా మెల్లని బూర శబ్దం వినిపించింది. లైట్లు వెంటనే తీసివేయబడ్డాయి. త్వరపడి గుమ్మంవైపు నడిచాడు వన్యా. కిటికీలోంచి వస్తున్న తెల్లని వెన్నెల పడకల మధ్యనున్న దారిలో ప్రకాశిస్తుంది. బైట వీధిలోకి వెళ్ళే మెట్లు దిగుతుండగా తన వెనుక అంతా నిశ్శబ్దమైంది.

మొదట చలి తన ముఖాన్ని బలంగా తాకడంవల్ల కళ్ళు నీళ్ళతో నిండిపోడం మాత్రమే కాక భయంకరమైన తలనొప్పి కూడా ప్రారంభమైంది. చెవులకి తగిలి మంట పుట్టిస్తున్న ఆ మంచుగాలి వల్ల మెలికలు తిరిగి ముందుకు పోలేకపోయాడు. చీకటైపోయిన స్థావరాల కిటికీలలో నుండి వీధిలో ఉన్న తనవైపు చాలా కళ్ళు చూస్తుంటాయని తెలుసు. భవనపు గోడల దగ్గర గుట్టలుగా వేసిన మంచుమీద, రోడ్డు మీద వెన్నెల పడుతోంది. గడ్డ కట్టించేలా వస్తున్న ఆ బలమైన చలిగాలిలో నిటారుగా నిలబడి తన చేతి గడియారంవైపు చూసుకొన్నాడు. పది దాటి ఒక్క నిమిషం గడిచింది.

ప్రార్థించడానికి చాలా సమయముందనే అనుకుంటూ తనలో ఏదో భయం నెమ్మదిగా లేవడం చూసి, దాన్ని నెట్టివేయడానికి ప్రయత్నిస్తూ ఆగి ఆగి ప్రారంభించడం మొదలుపెట్టాడు. ఎంతసేపు అలా నిలబడడానికి అతనికి శక్తి ఉంటుంది? చలికి తట్టుకోలేక తను విరమించుకొంటే? చలికి బిగిసి చనిపోతే? బిగిసి చనిపోనిస్తారా? ప్రార్థన మీద మనసు నిలపాలని ప్రయత్నించాడు. గాని, తన ఛాతిలో భయంకరమైన బాధ ప్రారంభమైంది. చలికి బిగిసి చనిపోవడానికి ఎంత సమయం పడుతుంది? కొద్దిసేపేనా? ఉదయంలోగా దాదాపు బిగిసిపోయి మళ్ళీ బ్రతికితే ఎలా? అవయవాలు ఒక్కొక్కటి బిగిసిపోయేటప్పుడు కలిగే బాధ విపరీతంగా ఉంటుందని విన్నాడు. కాళ్ళు, చేతులు బిగిసిపోయినందున కోసెయ్యాల్సి వస్తే!? ఇట్టి తలంపుల నుండి తన మనసును తొలగించుకు తీరాలి. ఒక పాట ప్రారంభించాడు, "యెహోవా యందలి ఆనందమే మీ బలము, యెహోవా యందు ఆనందమే మీ బలము."

అకస్మాత్తుగా ఉదయకాలపు మహిమ తన మదిలో కదిలింది. దూరంగా చంద్రకాంతిలో మసగ్గా కనిపిస్తున్న పార్కు మధ్యభాగం వైపు చూశాడు. ఒక విధమైన దైవకాంతి తనపైన ప్రకాశిస్తున్నట్టు అనిపించింది. "భయపడకు, నేను నీతోనే ఉన్నాను" అన్న దేవదూత మాటలు ఈ రాత్రి కోసమే! ఆ సమయంలో తాననుభవించిన వెచ్చదనం మళ్ళీ తనను ఆదరించింది. తక్షణం నోరు తెరచి మెల్లగా ప్రార్థించడం మొదలుపెట్టాడు వన్యా.

పన్నెండున్నరైన తరువాత దగ్గరవుతున్న అడుగుల చప్పుడు వన్యా దృష్టిని మరల్చింది. స్థావరం వైపునుండి ముగ్గురు పెద్ద కోట్లు ధరించిన ఆఫీసర్లు అతనివైపు వస్తూండడం గమనించాడు.

వారి స్వరాలు చాలా మందంగా ఉండి గాలికి కొట్టుకొనిపోతున్నాయి. "సరే, వన్యా, ఏమైనా ఆలోచించుకున్నావా? లోనికి రావడానికి సిద్ధంగా ఉన్నావా? ఇలా బైట నిలబడడం ఇంక సరిపోతుందా?"

వారి ముఖాల్లో నెమ్మది లేదని ఆ చంద్రుని కాంతిలోనే గమనించగలిగాడు వన్యా. వాళ్ళు పెద్ద పెద్ద కోట్లు వేసుకొని కూడా వణికిపోతూ ఉండడం, తాను చల్లబడిపోకుండా ఉండడం అనేది ఎలా సాధ్యమైందో!

"కామ్రేడ్ ఆఫీసర్స్, నాపట్ల మీకున్న శ్రద్ధకై వందనాలు. లోపలికి వచ్చి నిద్రించడం నాకిష్టమే. కాని దేవుని విషయంలో మౌనంగా ఉండడానికి మాత్రం నేను రాజీ పడలేను."

"అయితే రాత్రంతా అక్కడే నిలబడాల్సి ఉంటుంది" అన్నారు. వాళ్ళ ముఖాలు కలవరపడిపోతున్నాయి.

"నిలబడడం ఇష్టం లేదనుకోండీ. కానీ అది తప్ప మరో విషయం సాధ్యపడే మార్గం కనిపించడం లేదు. అయినా దేవుడు నాకు సహాయం చేస్తున్నాడు." అటెన్షన్‌లో నిలబడి వ్రేళ్ళకొనలతో చేతులపైన రుద్దుకున్నాడు వన్యా. ఉద్రేకంవల్ల తన స్వరం వణుకుతుంది. తన చేతులు చల్లగానే ఉన్నాయి గానీ, స్థావరంలో బట్టలు వేసుకొనేటప్పుడెలా ఉన్నాయో ఇప్పుడు కూడా అంత చల్లగానే ఉన్నాయి. పరీక్షా పూర్వకంగా కాలి వ్రేళ్ళను కదిపి చూశాడు. ఏ కష్టం లేకుండా సులభంగా కదిలాయి. ఏదో ఆశ్చర్యం తనలో చోటుచేసుకుంది. ఉత్సాహంగా ఆఫీసర్లవైపు చూశాడు. అంత పెద్ద కోట్లు ధరించి కుడా చలికి వణికిపోతున్నారు. కాళ్ళు నేలకేసి తన్నుతూ, చేతులు తొడపైన చరుస్తూ, ఎప్పుడు వాళ్ళ గదుల్లోకి హీటర్ దగ్గరికి వెళ్ళిపోవాలా అని అసహనంతో ఉన్నారు. తిరిగి వెళ్తుండగా ఒక సీనియర్ ఆఫీసర్, "ఇంకో గంటసేపు ఇక్కడే ఉండితే తెలుసుకుంటాడు" అన్నాడు. వింతగా వచ్చిన నవ్వును వన్యా ఆపుకోలేకపోయాడు.

వెనువెంటనే వన్యాలోని ఆదరణ యొక్క పొంగు అణగిపోయి, దాని స్థానంలో కృంగిపోయిన స్థితి చోటుచేసుకుంది. ఇంటిదగ్గర తన సంఘంలో ఉన్న ఇతర యవ్వనస్థులకంటే తనేమంత ఘనుడు కాదు.

సంవత్సరాలు తరబడి తన తల్లిదండ్రులు క్లిష్ట పరిస్థితులలో శ్రమలు అనుభవించారు. ప్రశ్నించబడి, బంధించబడి, జైళ్ళకు పంపబడిన పాస్టర్లు అతనికి తెలుసు. అయినా తిరిగి తిరిగి దేవుని శక్తి, విడుదల అతణ్ణి స్పర్శిస్తున్నాయి. అందుకు తనకు ఎలాంటి అర్హతలూ లేవు. కాని తన విషయంలో అద్భుతాలు ఎలా జరుగుతున్నాయి? తాను చలికి బిగుసుకొని చని పోవాల్సినవాడే. అలా కాకుండా ఉండేందుకు కావలసిన యోగ్యతలు తనకేమీ లేవు. ఈ ఆలోచనలు తన అంతరాత్మలో మెదలగానే అతని కళ్ళు కృతజ్ఞతతో చెమర్చాయి.

ఉదయం మూడయ్యింది. తాను నిలబడలేక నిద్రాభారంతో తూలి పోతున్నాడు. పశ్చాత్తాపంతో చేసిన ప్రార్థన ముగిసి చాలా సేపయ్యింది. తిరిగి తిరిగి తానెరిగిన విశ్వాసుల కోసం విజ్ఞాపనలు చేశాడు. క్రిస్మసు గీతాలు పాడుకొన్నాడు. వెనుక, ముందు తానెరిగిన ఆఫీసర్లందరి కోసం ప్రార్థించాడు. తన యూనిట్‌లోని వారందరి కోసం దేవునికి మొరపెట్టాడు. చివరికి తన మనస్సు మనస్సులో లేక ఎక్కడికో శూన్యంలోకి తేలిపోతు న్నట్టయింది. ప్రార్థించాలని ఎంత ప్రయత్నించినా గాని తన మనస్సును స్వాధీనపరచుకోలేకపోతున్నాడు.

ఉన్నట్టుండి చెవిలో ఏదో శబ్దం పూర్తిగా మేల్కొలిపింది. ఆ సమయంలో డ్యూటీలో ఉన్న ఓ సీనియర్ ఆఫీసర్ మృదువుగా మాట్లాడు తున్నాడు. “సరే వన్యా, ఇక నీవు లోపలికి రావాలి.” గాలి ఆగిపోయింది. చంద్రుడు అస్తమించాడు. ఆ కటిక చీకటిలో అతని ముఖం చూడాలని ప్రయత్నించాడు వన్యా. ఆఫీసరు తటపటాయించాడు. స్థావరం నుండి వస్తున్న పసుపు రంగు కాంతి అతని టోపీపైనున్న బంగారు ఆకుపై పడుతుంది. అతని స్వరం ఉద్రేకపూరితంగా ఉంది.

“అసలు నీవెలాంటివాడివి?”

“ఏమిటండీ”

“చలివల్ల ఏ మాత్రం చలించని నీవెలాంటివాడివి?”

వన్యా కూడా మెల్లగా మాట్లాడాడు, "అదా కామ్రేడ్‌గారూ, నేనూ కేవలం మీలాంటివాడినే. కాని నేను దేవునికి ప్రార్థించి వెచ్చగా ఉన్నాను."

తన వెంట రమ్మన్నట్టు వన్యా చేతిని తట్టి స్థావరాల వైపు నెమ్మదిగా నడవడం ప్రారంభించాడు ఆఫీసర్. "ఈ దేవుని గూర్చి నాకు చెప్పు" అన్నాడు.

* * * * *

మేజర్ గిడెన్కో పూర్తిగా కలవరపడ్డాడు. వన్యా విషయంలో కొలొనెల్ మాల్సిన్ ఇచ్చిన రిపోర్టు కారణ రహితంగా కనిపిస్తుంది. వరుసగా పన్నెండు రాత్రులు వేసవి వస్త్రాలతో 0^0 కు తక్కువైన ఉష్ణోగ్రతలో నిలబడ్డాడు. ఒక సామాన్య వ్యక్తి బిగిసిపోకుండా ఉండడం సాధ్యం కాదు. అంతేగాక కనికరం కోసం కూడా అర్థించనూ లేదు. చివరి రాత్రి గిడెన్కో స్వయంగా అతణ్ణి చూడ్డానికి వెళ్ళాడు. చలి వల్ల అతని ముఖం నిజంగానే నీలి వర్ణంలో ఉండి, అలసటతో తూలిపోతున్నాడు. గాలికి లేపబడ్డ మంచు పడి అతని దుస్తులనూ, టోపీనీ కప్పివేయడం వల్ల భయంకర విగ్రహంలా కనిపించాడు. అప్పటికి నాలుగు గంటలు మంచులో నిలబడ్డా, ఐదు నిమిషాలు మాత్రమే నిలబడిన గిడెన్కోకంటే చల్లబడిపోలేదు. ఒక యవ్వనుడు ఇలాంటి వాతావరణాన్ని సహించి ఏ విధమైన హాని పొందకుండా ఉండడం సాధ్యమా? సరే! అది సాధ్యమే కావచ్చు. రెండు వారాలు వన్యా అలా చేశాడుగా. ఇన్ని సంవత్సరాలుగా ఎన్నడూ లేనంతగా కలిదించబడ్డాడు గిడెన్కో. ఈమధ్య తాను సరిగా నిద్రపోలేదు. మాల్సిన్ గారికి పొలిట్ రుక్ డిస్ట్రిక్ట్ కమీసార్‌కు పంపాల్సిన రిపోర్టులో ఏదో ఒకటి వ్రాయాలి. ఈ శిక్ష పని చేయడం లేదని అర్థమైపోతుంది. స్థావరంలో ఉన్నవాళ్ళంతా వన్యా విషయమే మాట్లాడుకొంటున్నారు. ఇలా బహిరంగంగా నిలువబెట్టి శిక్షించే విషయాలు నిరోధించగలిగే ఆజ్ఞలు జారీ చేయాలి.

అధ్యాయం 6

"ధర్మానికి కాదు, న్యాయమూర్తికి జడవాలి"

సైనికులకివ్వబడే పడకలు రెండడుగుల వెడల్పు మాత్రమే ఉండి గట్టిగా ఉన్నా గానీ, వన్యా దుప్పటి మీద పరుండి పైన ఇంకొక దుప్పటి కప్పుకొని ఆ సౌఖ్యం కోసం దేవునికి చాలా వందనాలు చెల్లించాడు. మంచులో పన్నెండు రాత్రులు నిలుచున్నాక 1971 లో మొదటిసారిగా తాను పడకమీదికి వచ్చాడు. ఇక చలిలో గంటల తరబడి నిలబడవలసిన అవసరం లేదు. ఆఫీసర్ల గదుల్లోనూ, మంచులోనూ ప్రశ్నించబడే పని లేదు. సెంట్రల్ స్క్వేర్ యొక్క చిన్న పార్కు వెనుకగా చంద్రుడు అస్తమించేది గమనించడం లేదు. లైట్లు తీసేయక ముందే వన్యా అతి సౌఖ్యంగా నిద్రపోయాడు. ఆ నిద్రలో ఇంతకుముందు ఒక్కసారే విన్నాగాని, ఆ స్వరం సుపరిచితమైనదిగా కనిపించింది. "వన్యా, లే!" ఒక్క క్షణంలో లేచి పడకల మధ్యలో ఆ దేవదూత యొక్క స్ఫటికంలాంటి ప్రకాశాన్ని చూస్తూ నిలబడ్డాడు. అతని మనసు అతని త్వరితంగా పనిచేస్తుంది. పడకల వరుసలలో నిద్రిస్తున్న ఏ సైనికుడుకూడా కదలను కూడ కదలలేదని గ్రహించాడు. తన ముందున్న ఆ మహిమకరమైన రూపాన్నుంచి కళ్ళు తిప్పకుండానే యాంత్రికంగా బట్టలు ధరించి జోళ్ళు తొడుక్కున్నాడు. ఆ దూత చూపు ప్రేమపూరితంగా ఉండడం వల్ల అతనికి భయం లేకపోయింది. ఆ దూత, వన్యా కలిసి అలా అంతరిక్షంలో వేరే లోకానికి ఎగిరిపోయారు.

ఈ అపరిచితమైన గోళంపైన గడ్డి బహు ఎత్తుగా పెరిగి ఉంది. అప్పుడే మొలిచిన పచ్చని రంగులో ఉంది. అత్యాశ్చర్యంతో దూత వెంట నడుస్తున్నాడు. చాలాసేపైన తరువాత ఒక సెలయేటి దగ్గరికొచ్చారు.

దానిలోని నీరు గాజువలె స్పష్టంగా ఉండడం వల్ల వన్యా ఆ యేటి అడుగుభాగాన్ని చూడగలుగుతున్నాడు. ఆ నీటి ప్రకాశత వన్యా కండ్లను మిరుమిట్లుగొల్పింది. అప్రయత్నంగా దూత ఆ యేరు దాటి అవతలి కెళ్ళిపోయాడు. వన్యా వెళ్ళకపోవడంతో ప్రశ్నార్థకంగా వెనుదిరిగి చూశాడు.

"ఎందుకు భయపడతావ్ వన్యా" అతి మృదువుగాను, సౌమ్యంగాను ఉందా స్వరం. అనుకోకుండా పాముల భయం వన్యా మనసు నింపేసింది. "పాములు" అంటూ తన కాళ్ళ క్రిందనున్న గడ్డిని పరిశీలనగా చూస్తున్నాడు వన్యా. జరుగుతున్న వింతైన విషయాల వల్ల అకారణమైన భయం అతణ్ణి పట్టుకొంది.

దూత అతనికి దూరంగా ఉన్నప్పటికీ తన ప్రక్కనే ఆ ప్రకాశమానమైన వ్యక్తి నిలబడినట్టు ఆ స్వరం విన్నాడు వన్యా. "భయపడకు, నీవు నాతో ఉన్నావు. ఇక్కడ భుమి మీదలా పాములుండవు."

ఎంత ఆకస్మికంగా వచ్చిందో అంత ఆకస్మికంగా భయం వదిలి పోయింది. వన్యా అతి సులభంగా యేరు దాటేశాడు. ఈ ప్రపంచంలో ఉన్న ప్రకాశం చేత ప్రతి గడ్డిపూవూ, పువ్వు యొక్క ప్రతి రేఖ కాంతిమయమై ఉన్నాయి. చెట్ల పైభాగంలో ఉండే పొర కూడా చిత్ర విచిత్రమైన పనితనంతో వర్ణనాతీతంగా, సుందరంగా ఉంది. అతి సౌమ్యమైన వంపులతో చెట్ల కొమ్మలు వ్యాపించి ఉన్నాయి. చెట్లలోంచి కాంతి వెలికి వస్తుందా అన్నంత ప్రకాశమానంగా ఉన్నాయా చెట్లు. ఉద్దేశపూర్వకంగా ఆకాశంవైపు చూశాడు వన్యా. చుట్టూ చూశాడు. కాని సూర్యుడు లేడు.

తిరిగి దూతవైపు చూసేసరికి దూత పక్కన దూతకంటే మరి ఎక్కువైన ప్రేమపూరిత ప్రకాశంతో, దూతకంటే ఘనుడైన మరియొక వ్యక్తి నిలబడి ఉండడం గమనించాడు. ఏదో విషయంలో దూతకు, ఆయనకు కొంచెం తేడా ఉంది. ఆయన అపొస్తలుడైన యోహాను అని వన్యా గ్రహించాడు.

దూత ద్వారా అపొస్తలుడు తనతో మాట్లాడుతున్నాడు. ఆ పవిత్రమైన మాటల్లో ప్రతిదాన్నీ మనసులో పీల్చివేస్తూ అచేతనుడై నిలబడ్డాడు వన్యా. అపొస్తలుని వెనుక ముగ్గురు వ్యక్తులు వరుసగా వచ్చారు. అద్భుతమైన రీతిగా వారు దావీదు, మోషే, దానియేలు అని గ్రహించాడు వన్యా. అత్యాసక్తితో గమనిస్తూ ఆనందంతోనూ, ఆశ్చర్యంలోనూ మునిగిపోయిన వన్యా మూడవ వ్యక్తి వెళ్ళిపోగానే లోతైన నిద్రమత్తులోకి దిగిపోతున్నట్టు గ్రహించాడు. కాని ఆ కాంతి ప్రవాహంలో ఒంటరిగా ఉన్న దూత మళ్ళీ మాట్లాడనారంభించాడు.

"చాలా దూరం ప్రయాణం చేయడంవల్ల నీవు అలసిపోయావు. ఇలా వచ్చి కూర్చో."

వన్యా చెట్టు క్రింద కూర్చున్నాడు. ఆ చెట్టు పెద్దదిగా, ఒక విధంగా మాల్దేవియాలోని ద్రాక్షతోటలలోని సువాసనను గుర్తు చేస్తూ, మంచి పరిమళాన్ని వెదజల్లుతుంది. ఆ చెట్టు క్రింద ఎప్పటికీ అలాగే కూర్చుండి ఆ సువాసనను అఘ్రాణిస్తూ, ఆ ప్రకాశంలో ఆ సుందర భూభాగాన్ని తిలకిస్తూ ఉండిపోయేవాడే. కాని దేవదూత మళ్ళీ మాట్లాడాడు,

"నూతన యెరూషలేమనే పరలోక పట్టణాన్ని నేను నీకు చూపించాలనుకుంటున్నాను. దాన్ని ప్రత్యక్షంగా చూస్తే నీవిలా నీ మంటి దేహంలో ఉండలేవు. భూమిపై నీవు చేయవలసిన పని ఇంకా చాలా ఉంది." దూత మళ్ళీ మాట్లాడక ముందు కాస్త నిశ్శబ్దం. "మనం ఇంకో గ్రహానికి ఎగిరిపోదాం. అక్కడినుండి ఈ పట్టణపు మహిమ నీకు చూపిస్తాను. తిరిగి నీవు భూమిపై నీ శరీరంతో జీవిస్తున్నప్పుడు నిజంగా నూతన యెరూషలేమనే ఈ పట్టణమందలి నిశ్చయత నీకు ఉంటుంది."

క్షణంలోనే వేరే గ్రహానికి ఎగిరిపోయారు. అక్కడ పెద్ద పెద్ద పర్వతాలున్నాయి. ఇక్కడ కూడా ప్రతి వస్తువూ మహిమాపూరితమై ఉంది. పచ్చికతో నిండిన లోయల నుండి వస్తున్న పొగమంచులోనికి కొండ

వాలులపై ప్రవహిస్తున్న రత్న ప్రవాహాలపై వన్యా దృష్టి పడింది. చాలా లోతుగా ఉన్న ఒక లోయ దగ్గరికి వచ్చినపుడు దూత, వన్యా దాని అడుగు వరకూ దిగిపోయారు.

దేవదూత ఆనందపు జ్వాలలాగా కనిపిస్తున్నాడు. అతని స్వరం వన్యా ఇంతవరకూ ఎరుగనంత ఉత్సాహపూరితంగా ఉంది. "వన్యా, పైకి చూడు. నూతన యెరూషలేము ప్రకాశం నీకు కనిపిస్తుంది."

ఒక్క క్షణం మొదటిసారిగా చూసి వన్యా భయపడి చూపు మరల్చాడు. క్షణమాత్రమే చూసినా గాని, ఆ మహిమ బహు బలమైనదిగా ఉండడం వల్ల గుడ్డివాడనై పోయాననుకున్నాడు. మళ్ళీ దూత మాట్లాడుతున్నాడు, "నీకేం జరగదులే చూడు."

ఎడారి మండుటెండలలోంచి తప్పించబడినవాడు ఎంత ఆశగా నీరు త్రాగేవాడో, అంతకంటే ఆశగా ఆ ప్రకాశంలోని మహిమను త్రాగాడు వన్యా. ఆ కాంతిలోని శక్తి బహు బలమైనదిగానూ, స్పర్శద్వారానూ, రుచి ద్వారానూ, వినికిడి ద్వారానూ దానిని గ్రహించగలిగినట్టుగా ఉంది. ఆ దృశ్యం తన కళ్ళకు మాత్రమే పరిమితం కాక, తన వ్యక్తిత్వమంతటినీ తాకినట్టుంది. "భూమి మీదకు తిరిగి వెళ్ళాల్సిన సమయం వచ్చిందని" దూత చెప్పేసరికి ఏడ్చే పర్యంతమైంది వన్యాకు.

తనకు మెలకువ వచ్చేసరికి మూడు సంభవాలు ఒక్కమారే జరిగాయి. దూత మాయమైపోవడం, మేలుకొలుపు బూర ఊదబడడం, గదులలో లైట్లు వెలగడం. పరిసరాలను విచిత్రంగా చూస్తున్న వన్యాకు తన ప్రక్క పడకమీద నుండి సన్నగా నవ్వు వినిపించింది. తన ప్రక్క పడకపై నుండి గ్రిగొరై ఫెడొరొవిచ్ చెర్మిక్ కూడా మాల్దేవియానుండి వచ్చినవాడే. తన ప్రాంతపువాడు గదా అని వన్యామీద తండ్రిలాంటి శ్రద్ధ చూపిస్తాడు. చెర్మిక్ పడకలోంచి బయటకు వచ్చి ప్యాంటు తొడుక్కుంటూ, "వన్యా, బాగా నిద్రపోయావా?" అన్నాడు.

అతి ప్రయత్నంతో వన్యా తన మనసులోని తలంపుల్ని పోగుచేసు కుంటున్నాడు. ఇప్పటికే సైనికులు హడావుడిగా తన పడక దాటుకుంటూ గుమ్మంవైపు వెళ్తున్నారు. మంచితనంతో ఒకరితో ఒకరు పరిహాసాలాడడం, అలసిపోయిన సైనికుల మూలుగులతో, యూనిఫారంల సందడి అంతా అయోమయంగా కనిపించింది. చెర్మిక్‌వైపు ప్రశ్నార్థకంగా చూశాడు వన్యా.

చెర్మిక్ త్వరత్వరగా షర్టు బటన్స్ తగిలించుకొంటున్నాడు. తన దర్శనం గుర్తుకొచ్చింది. తాను దూతతో ప్రయాణం చేశాడు. విద్యుశ్చక్తిలా ఉత్సాహం వన్యా శరీరమంతటా ప్రాకింది. త్వరగా తలుపువైపు నడుస్తున్నాడు.

నిశ్శబ్దంగా వన్యా, చెర్మిక్ బయటికి వెళ్ళారు. చివరికి ఆ నిశ్శబ్దాన్ని చీల్చుతూ చెర్మిక్ ప్రశ్నించాడు. వన్యా దేవదూత విషయం చెప్పడం ప్రారంభించాడు.

ఆ సాయంత్రానికల్లా యూనిట్ అంతా వన్యా కల కథ వ్యాపించి పోయింది. ఎవ్వరూ దానిని నమ్మలేకపోవడం చెర్మిక్‌కు సంతృప్తినిచ్చింది. వన్యా ఎంత నమ్మకస్థుడైనా గాని అసాధ్యంగా కనిపిస్తున్నాయి. కాని వాటిలో అందరినీ అసౌకర్యపరిచే ఏదో అద్భుతం దాగి ఉంది. ఐదు రోజులు ఏమీ తినకుండా ఉండి, జబ్బుపడకుండా ఉండడం ఎలా సాధ్యం? గంటల తరబడి గడ్డ కట్టించే చల్లని మంచుమయమైన వాతావరణంలో నిలుచుండి బిగిసిపోకుండా, చనిపోకుండా ఎలా ఉండగలరు?

చెర్మిక్ పడకమీద చాచుకొని పడుకొన్నాడు. నెలకొకమారు నాలుగు గంటలు ఖాళీ ఇస్తారు. అది పగటి కలలతో వ్యర్థపుచ్చుకోకూడని ప్రశస్థ సమయం. పేపర్, పెన్సిలు తీసుకున్నాడు. ఇంటికి వ్రాయాలనుకున్నాడు.

బహుశా పొలిట్ రుక్ వన్యా విషయం చివరికి తెలుసుకుంటారు. ఒక నెలంతా వారు ఎడతెరిపి లేకుండా వన్యాను ప్రశ్నిస్తూ వచ్చారు. అంత ఒత్తిడి క్రింద కూడా ఎలా స్థిమితమైన మనసు కలిగి ఎలా ఉంటున్నాడా అని చెర్మిక్ ఆశ్చర్యపడ్డాడు. అనేకమందికి సైనిక శిక్షణా సమయం

కృపారహితమైన కఠిన పరీక్షలాగా అనిపిస్తుంది. నిజానికి కూడా అంతే. ఉదయం ఆరు గంటలకు లేచినది మొదలు రాత్రి పదింటికి లైట్లు తీసివేసే వరకూ పరుగులతో దినమంతా పనిచేయాలి. అందరూ నిద్రించవలసిన సమయంలో రాత్రిపూట యుద్ధ సూచకమైన శబ్దాలు, తెల్లవారుజామున నిద్రలోంచి మేల్కొలిపి అర్ధమనస్కంగా గడ్డకట్టించే చలిలో బయటకు నెట్టి శత్రువు యుద్ధానికి వచ్చినట్టు నటింపజేసే ఆ సైరన్ వినడానికి ఎంత భయంకరంగానో ఉంటుంది. క్రితంసారి సైరన్ మ్రోగించినపుడు జరిగిన విషయానికి సైన్యంతో రాజీ పడాల్సిన గత్యంతరం వచ్చింది చెర్మిక్‌కు. దట్టంగా మంచుపడడం వల్ల దారి చూపలేకపోయాడు. సుడులు తిరుగుతున్న మంచులో చూడడానికి ప్రయత్నిస్తూ తెరిచి ఉన్న ఒక బావిలో పడిపోయాడు. బావి అంచులు పట్టుకొని వ్రేలాడుతూ ప్రాణాన్ని కాపాడుకొని, మంచు, గాలితో ఉన్న వాతావరణంలోకి సహాయం కోసం అరుస్తుండగా ఎవరో తన తోటి సైనికుడు చెర్మిక్‌ను పట్టి పైకి లాగాడు. తన వస్త్రాలపై నీరు గడ్డకట్టిపోగా ప్యాంట్ కాళ్ళు సిమెంటు స్థంభాల్లా బిగిసిపోగా, చలితో వణికిపోతూ వ్యాయామం చేయాల్సి వచ్చింది.

ఒక రాత్రిలో ఒక్కమారు లేపబడడం మాత్రమే కాదు, చలితోనూ, అలసటతోనూ, నోరు మూసుకుని పడకల మీద పడిన సైనికులు మళ్ళీ ఈ తతంగమంతా జరిగింపడానికి ఓ గంటపోయాక లేపబడతారు. చెర్మిక్ లెక్క మర్చిపోయాడు గానీ, మొదట్లో తాను వ్రాసిన లెక్కల ప్రకారం సెలవులకు ఇంటికెళ్ళినపుడు వారికి చూపాలని వ్రాసినవి ప్రతి రెండు లేక మూడు రాత్రులకు ఈ యుద్ధనాదాలు చేయబడేవి. నాలుగు గంటల నిద్రతో మరుసటి దినమంతా శిక్షణ, విద్యాభ్యాసం చేయించడం కేవలం విజ్ఞానశాస్త్ర విరుద్ధం.

క్రమబద్ధమైన కార్యక్రమాలతోపాటు తరచుగా ప్రశ్నించబడడానికి కూడా వన్యా ఎలా సహించగలుగుతున్నాడో చెర్మిక్ ఊహించలేకపోయాడు. భోజనాల దగ్గరనుండీ, చదువుకొనే సమయంలోనూ, నిద్రించే వేళల్లోనూ

వన్యా పిలువబడడం చూస్తున్నాడు. రాత్రా, పగలా అనే విచక్షణే లేదు. ఈమధ్య అసలు వన్యా పడక అనేకమార్లు ఖాళీగా ఉంటుంది.

అతడు పెద్ద చిక్కుల్లో ఉన్నాడు. సరే, అనేకమైన విషయాలు వివరణకు అందనివి సంభవించాయి. క్రైస్తవులు దేశానికి విరోధులనే విషయం చెర్మిక్ ఒప్పుకోకపోవచ్చు. గాని ఇట్టి విశ్వాసులు బుద్ధిహీనులుగాను, పిచ్చివాళ్ళగానూ కనిపిస్తారు. సోవియట్ సైన్యంతో ఎవ్వరూ వాదించ బూనుకోరు. వాదించి నిలబడగలగడం అనేది అసాధ్యం. ఒక ఆఫీసరు క్యాబేజిని చూచి అది పొద్దుతిరుగుడు పువ్వు అంటే అది పొద్దుతిరుగుడు పువ్వే అని మనం అనాలి.

ఒకరకంగా చూస్తే అది విధేయత అనే ప్రశ్న క్రిందికి వస్తుంది. ఒకవేళ అందుకే పొలిట్ రుక్‌వారు వన్యా విషయంలో అంత నిశితంగా పని చేస్తున్నారు. ఇంత గందరగోళంలో నిజంగా ఒక్కడు ఆజ్ఞలకు విధేయత చూపిస్తే ఎక్కడ నిలుస్తాడు? చెర్మిక్ చాచుకొని పడుకొనే ఉన్నాడు. పేపర్, పెన్సిల్ అలాగే దుప్పటిమీద వ్యర్థంగా పడి ఉన్నాయి. నేర పరిశోధనకు సంబంధించిన పెద్ద పొలిట్ రుక్ కమిస్సార్ కొలొనెల్ మాల్సిన్‌గారు కలవడానికి వస్తున్నారని తన యూనిట్‌లోని వారెవ్వరో చెప్పారు. యూరల్స్ పర్వతాల్లో సైనిక నిర్బంధ గృహానికి వన్యాను పంపిస్తారని చెప్పుకోవడం విన్నాడు. ఈ విషయం నాకెందుకు? ఈ వన్యా గొడవంతా తన మనసులోనుండి తీసివేసికొని ఇంటికి ఉత్తరం వ్రాయడం కోసం పెన్సిల్ అందుకొన్నాడు చెర్మిక్.

*　*　*　*　*

మంచుతో కప్పబడిన రైలు పట్టాలమీద రైలు కుదుపుకుంటూ కదలిపోతోంది. చుట్టూ ఉన్న భూభాగమంతా శీతాకాలపు వాతావరణం అలుముకొంది. సైనిక ఖైదీలను తీసికొనిపోయే ఆ ప్రత్యేకమైన

కంపార్ట్‌మెంటుకి గల కిటికీ మీదుగా పొలాలు, అడవులు, చిన్న చిన్న సరస్సులు దాటిపోతున్నాయి. ఆ కంపార్ట్‌మెంటు ప్రక్కలను, మధ్యలోను వరుసగా ఉన్న సీట్లపై కొంతమంది ఖైదీలు కూర్చొన్నారు. మరికొంతమంది పండుకొన్నారు. గాలిలేని ఆ నిశీథంలో కొందరు పోట్లాడుకుంటున్నారు. కొందరు కబుర్లు చెప్పుకొంటున్నారు. ఎక్కువమంది తమ దురదృష్టానికి వ్యథ జెందుతూ ఆ తలంపులతో సతమతమౌతున్నారు.

సగం తెరవబడ్డ తలుపు దగ్గర నిలబడి చల్లని గాలిని పీల్చుకుంటూ తలుపు తెరిచి ఉంచాలా, మూసెయ్యాలా అని అప్పుడప్పుడూ వస్తున్న వివాదాలను లెక్కజేయకుండా చూస్తున్నాడు వన్యా. వారికి కావలిగా ఉన్నవాడు మాస్కో వెలుపలి యూనిట్‌కు సంబంధించినవాడు. తుపాకి వదులుగా తన భుజం మీదనుండి వ్రేలాడుతుండగా కదులుతున్న రైలు గోడలకు ఆనుకొని నిద్రపోతూ తల అటూ ఇటూ ఊపుతున్నాడు. తాను మంచి సైనికుడులా ఉండాలని నిశ్చయించుకొన్నట్టు నిరూపించాలని తాను చేసిన ప్రయత్నాలు మనసులో మెదిలాయి. రాజకీయ తరగతుల్లో విశ్వాసులు తమ దేశాన్ని ప్రేమించేవారుగానూ, అధికారులను గౌరవించి వారికి చెల్లించవలసినవన్నీ చెల్లించేవారుగానూ ఉండాలని బైబిలు నేర్పిస్తుందని చెప్పాలని పూనుకున్నాడు.

కాని అతని ప్రయత్నాలన్నీ విఫలమైపోయాయ్. అందుచేతే అర్ధరాత్రివేళ పడకలోనుండి వాళ్ళు అతణ్ణి లాగి, సైబీరియా వైపుగా రెండు వేల కిలోమీటర్ల దూరంలోనున్న స్వెర్ట్ లోప్స్‌లో గల సైనిక నిర్బంధ గృహానికి వెళ్ళేందుకుగాను రైలెక్కించి పంపడానికి అది దారితీసింది.

తూర్పుగా ప్రయాణం చేస్తూ రష్యా మధ్యలోని మైదానాలను దాటి వచ్చేశారు. అస్తమిస్తున్న సూర్యుని చిరుకాంతిలో నీలి మేఘవర్ణంలో కనిపిస్తున్న మంచుకొండల వంపులను తిలకిస్తున్నాడు వన్యా. తన తలంపులు గతంలోకి వెళ్ళాయి. రెండు రోజుల క్రిందట మాత్రమే సింఫర్‌పూల్ నుండి వచ్చిన కమిసార్ మేజర్ ఆండ్రై డాలటావ్ గారి

ముందుకు తీసుకొని రాబడ్డాడు. వన్యాను చూస్తున్నప్పుడు బాదం కాయల్లాంటి ఆయన కళ్ళు వ్యాకులపడి ఉన్నాయి. అంత ఉన్నత హోదాలో ఉన్నవానికి తగినట్టు ఎలాంటి చురుకుదనం లేకుండా మందంగా ఉంది ఆయన తీరు. తన స్థూలకాయం కదిలే వింతైన తీరు దానినొక గోడలా స్ఫురింపజేస్తుంది. అతని భాషా విధానం భావరహితంగానూ, నిశ్శబ్దంగానూ ఉంది.

దాదాపు రెండు నెలలుగా ఎర్రసైన్యంలో ఉండి కూడా సైనిక జీవితానికి వన్యా అలవాటు పడకపోవడం అతనికి కొంచెం ఆశ్చర్యంగా తోచింది. అతని రికార్డులన్నీ చూశాడు. వన్యాను బాగుపరచడానికి, తన ఉద్దేశాలు మార్చుకోడానికి, రాజకీయ దృక్పథం బాగుపరచడానికి అన్ని విధాల ప్రయత్నాలు జరిగాయి. కాని వన్యా సహకరించలేదు. అతని రికార్డులో ఒడెస్సా నుండి, కెర్చి పొలిట్ రుక్ నుండి, వన్యా యూనిట్‌లో ఉన్న సైనికుల నుండి, ఆఫీసర్ల నుండి వచ్చిన నేరారోపణలు తప్ప ఇంకేమీ లేవు. తన అనాగరికమైన ఉద్దేశాలను వన్యా వ్యాపింపజేస్తున్నాడనీ, దానివల్ల ఇతర సైనికులు అవాంఛితమైన ఉద్దేశాలతో కలుషితమయ్యే ప్రమాదం పెద్ద సమస్యలా తయారైంది. పొలిట్ ఆఫీసర్ల ఆజ్ఞలకు వ్యతిరేకంగా ఈ విషయాలన్నీ జరుగుతున్నాయి. వన్యా ఎందుకు లోబడకపోవాలి అనేది డాలటావ్ యొక్క సమస్య.

బహు నెమ్మదిగా ఆయన మాట్లాడుతుండడంవల్ల ఆయన ఇంకా మాట్లాడుతున్నాడో ఆపేశాడో తెలియక ఒక నిమిషం సందిగ్ధంగా ఉన్నాడు వన్యా. ఆలోచించనీయకుండా ఒత్తిడి కలిగించే వాతావరణం ఆ గదిలో ఉంది. అకస్మాత్తుగా తనకు గాలి కావాలని గ్రహించాడు వన్యా. అతి ప్రయత్నంమీద చిన్న ప్రార్థన చేసి గాలి పీల్చుకున్నాడు. డాలటావ్‌కు సమాధానమివ్వడానికి నోరు తెరిచిన వెంటనే తన మనసు తేటపడింది.

"కామ్రేడ్ కమిస్సార్, తమపై నియమించబడిన అధికారులకు విశ్వాసులు లోబడి ఉండాలని బైబిలు నేర్పిస్తున్నది. అలా చేయాలనేది

నా కోరిక. అంతే కాకుండా అందరికంటే గొప్ప ప్రభువు దేవుడని బోధిస్తున్నది. ఆయన అధికారం సంపూర్ణమైన సమర్పణను, విధేయతను ఆశిస్తుంది. నాకు రెండు విధాలైన సమర్పణలు – ఒకటి దేవునికి, రెండవది దేశానికి ఉన్నాయని మీరు గ్రహించవలసిందని మనవి చేస్తున్నాను. దేవునికి అవిధేయుడనయ్యే పని చేయవలసిందిగా ఆజ్ఞాపించబడితే అప్పుడు దేవునికి విలువనిచ్చి ఆయనకే నేను లోబడడానికి ఆశిస్తాను."

కమిస్సార్‌గారి ముఖంలో నల్లని ఛాయ అలుముకుంది. మాట్లాడే ముందు కాస్త ఆలోచనలో పడ్డాడు.

"నీవు క్రైస్తవ ఉద్దేశాలతో కట్టుబడి వాటికి బానిసవై ఉన్నావు. సరే, నిజమైన జైలు ఎలా ఉంటుందో రుచిచూస్తే గనక నీ అపాయకరమైన స్థితిగతులను నీవు గమనించడానికి అది సహాయపడవచ్చు. కెర్చ్‌లో ప్రయోగించిన పునర్విద్యా విధానాలన్నిటికంటే ఇవి బలంగా పనిచేయ గలవేమో. అప్పుడు కూడా నీ ప్రవర్తన మార్చుకోకుండా ఎలా ఉండగలవో చూస్తాం."

కమిస్సార్‌వారు అంత సుదూర స్థలాన్ని ఎందుకు ఏర్పాటు చేశారో వన్యాకి అర్థం కాలేదు. నల్ల సముద్రం దరిదాపుల్లో కొన్ని జైళ్ళున్నాయి. శీతాకాలంలో అతి కష్టంతో ఎక్కువ దూరం ప్రయాణం చేయించడం కూడా శిక్షణలో ఒక భాగమేనేమో.

దీర్ఘ ఉచ్ఛ్వాస తీసుకున్నాడు వన్యా. కిటికీగుండా లోనికి వస్తున్న గాలిలో ఏదో మార్పు. రసాయన పదార్థాల ఉనికివల్ల బరువెక్కినట్లుంది గాలి. తన వెనుక రైలు పెట్టెలో ఉన్నవారిలో ఏదో కదలిక ఏర్పడింది. వారి వారి సామాన్లనీ, మూటల్నీ దగ్గరికి జరుపుకొంటున్నారు. ఒక ముసలాయన దుప్పటి లోపలినుండి ఒక త్రాడు బైటకి లాగి ఓ మూటకేసి కట్టేస్తున్నాడు.

రైలుబండి అకస్మాత్తుగా కుదిపేసరికి గడ్డంమాసిన ఓ సార్జెంట్ సణుక్కున్నాడు. దూరంగా ఎక్కడో అసంఖ్యాకమైన పొగ గొట్టాలు చీకటిలో దాదాపు కలిసిపోతూ నల్లని మబ్బులను ఆకాశంలోకి వదిలేయడం గమనించాడు వన్యా.

వన్యా వెనుకనుంచి వంగి కిటికీలో నుంచి చూడగలిగినంత దూరం చూస్తూ, ఆ ముసలాయన "ఇదేనా స్వెర్ట్‌లోవ్స్క్, కొండ శిఖరంపైనున్న పట్టణం?" ప్రశ్నార్థకంగా ఉన్నాయి అతని మాటలు. "కూలివాడు, సైనికుడు – రెండూ నేనే కాబోతున్నానక్కడ. నీకు కూడా అంతేలే కామ్రేడ్" అన్నాడు ముసలివాడు వన్యాతో. నిద్రలోనుంచి లేచిన కావలివాడు ముసలాణ్ణి ప్రక్కకు నెట్టి మారు మాట్లాడకుండా వచ్చి వన్యా ప్రక్కనే తలుపు దగ్గర నిలబడ్డాడు.

రైలు ఇంజను నెమ్మదిగా బ్రేక్ వేయనారంభించింది. కుదుపుతూ పట్టాల అతుకుల మీద ఎగిరెగిరి పడుతూ వెళ్తుంది రైలు. దీర్ఘ ప్రయాణం వలన అలసట అంతం కాబోతుందనే కుతూహలంతో, పట్టణాన్ని చూడాలనే ఆసక్తితో చేరగలిగినంత దగ్గరగా తలుపు వద్ద మూగారు సైనికులంతా. రైలు మార్గం ప్రక్కగానున్న ఫర్ చెట్ల సముదాయాలకు పైగా ఓ నక్షత్రం మిణుకు మిణుక్కుమంటూ ప్రకాశిస్తోంది. దాని మృదువైన కాంతిని గమనించాడు వన్యా. తన తండ్రికి ఇష్టమైన వాక్యభాగం దానియేలు 12:3 – "బుద్ధిమంతులైతే ఆకాశమండలములోని జ్యోతులను పోలినవారై ప్రకాశించెదరు. నీతి మార్గము ననుసరించి నడుచుకొనునట్లు ఎవరు అనేకులను త్రిప్పుదురో వారు నక్షత్రము వలె నిరంతరము ప్రకాశించెదరు" గుర్తు వచ్చి మనసంతా చలించిపోయింది.

☆ ☆ ☆

అధ్యాయం 7

"ఎలుగుబంటి నుండి తప్పించుకొని తోడేళ్ళ మధ్య పడ్డాడు"

చెరసాలలో గది చిన్నదిగానూ, చల్లగానూ, వెలుతురు లేకుండా ఉంది. ఆ చీకటికి తన కళ్ళు అలవాటు పడిన తరువాత ఆ గదిలో ఒక గోడనానుకున్న పడక, తాను చెయ్యి పూర్తిగా చాపితే ఎదుటి గోడ తగిలేటంత ఇరుకైన స్థలం మాత్రం ఉన్నాయని గ్రహించగలిగాడు. ఆ గదికున్న తలుపు పైభాగంలో ఓ చిన్న కిటికీగుండా రాత్రి సమయం కావలివారు గదిలోకి టార్చిలైట్లు వేసి చూస్తుంటారు. కదలలేని స్థితిలో అతని ఎముకలన్నీ నొప్పిగా ఉన్నాయి. బాధగా తన బూట్లు విప్పేసి మేజోళ్ళు గల కాళ్ళను తడిగా ఉన్న సిమెంటు గోడకు ఆనించాడు. రైలులోని కుదుపు, రైలు చక్రాల సవ్వడి, ఖైదీల మాటలు, వీటన్నిటితో ఎడతెరిపిలేని ప్రయాణం తరువాత ఈ చెరసాల గది. శ్మశానమంత నిశ్చలంగానూ, నిశ్శబ్దంగానూ అనిపించింది. నిద్రపోతే తన అలసట తీరేది గానీ నిద్ర రాక అలాగే చలిలో పడి ఉన్నాడు వన్యా. ఆ ముసలివాడు "సైనికుడు -సేవకుడు" అని అన్న మాటలు తన మనసులో రైలు చక్రాల్లా గిరగిర తిరుగుతున్నాయి. తన దర్శనంలోని పరలోక దృశ్యాలు మనసులోని కొచ్చాయి. దేవదూత అన్నాడు గదా, "నీవింకా చేయవలసిన పని చాలా ఉంది." అదే సైనికుడు-సేవకుడు. ఆ చీకటిలో భయం అతణ్ణి పట్టుకుని వ్రేలాడుతున్నట్టు అనిపించింది. ముందింకా ఏమి పని ఉంది? ఎలాంటి యుద్ధం? మనకుపైగా త్రాళ్ళతో వ్రేలాడదీయబడినట్టున్న భయం. "దేవుని కొరకు నా ప్రాణము మౌనముగా కనిపెట్టుచున్నది. ఆయన యొద్దనే రక్షణ దొరకును. ఆయనే నా శైలము, నా రక్షణ దుర్గము. నా ఎత్తైన కోట ఆయనే. నేను అంతగా కదిలించబడను."

ఆ ఖైదులో ఖైదీల్ని ప్రశ్నించే గది వన్యా గదికి కొద్ది అంగల దూరంలో చెక్క ముక్కలతో నిలిపిన షెడ్‌లో ఉంది. గది చాలా పెద్దదిగానూ, వంపులు తిరిగిన చెక్కనేలతో ఉంది. దాన్ని చూడగానే మాల్దేవియాలో తాను చిన్న తరగతులలో ఉన్నప్పటి బడి గుర్తు వచ్చింది. గదిలో ఓ ప్రక్కగా చిన్న ప్లాట్‌ఫారం, దాని మీదికి నడిపే మెట్లు, ఆ మెట్ల అలంకరం కోసం కుండీలలో పెట్టిన కొన్ని మొక్కలు, ప్లాట్‌ఫారంపైన లెనిన్ పటం - వీటన్నిటినీ చూస్తే ఆ గది సాంస్కృతిక కార్యక్రమాలకు కూడా ఉపయోగించ బడుతుందని గ్రహించాడు వన్యా.

గదిలో ఓ ప్రక్కగా ఉన్న పెద్ద టేబుల్‌పైన ఊదారంగు వస్త్రం పరచబడి ఉంది. ఆ టేబుల్ వెనుకగా ఓ కుర్చీలో జైలుకు సంబంధించిన ఒక అధికారి కూర్చున్నాడు. ఆ దగ్గరలోనున్న మరో టేబుల్ దగ్గర నలుగురు మామూలు వస్త్రాలతో కూర్చున్నారు. కాని జైలు అధికారి చేతిలో మాత్రం వన్యాకు సంబంధించిన కాగితాలున్నాయి. ఆయనే మాట్లాడనారంభించాడు.

ఎర్రసైన్యం పట్ల నమ్మకస్తుడనై ఉంటానని వన్యా ప్రమాణం చేయడం ప్రశంసనీయమైన విషయం. సామాన్యంగా క్రైస్తవులు అలా చేయడానికి నిరాకరిస్తారు. మొదట్లో వన్యా బాగానే ప్రవర్తించాడు. కాని అతి త్వరలో దిద్దుబాటును అంగీకరించక తన పాత విశ్వాసాలను పట్టుకొని వ్రేలాడుతూ సోషలిస్టు బోధల్ని తృణీకరిస్తూ ఇతరులనుకూడా అలా ఉండేలా ప్రోత్సహిస్తూ విప్లవకారుడుగా మారిపోయాడు. ఎంతమట్టుకు ఎర్రసైన్యం పట్ల విశ్వాసం చూపిస్తున్నాడనేది ప్రశ్నార్థకంగానూ, ఆఫీసర్ల పట్ల తాను వ్యక్తపరిచే భావం సైన్య జీవితాన్నే కంపు కొట్టించేదిగానూ కనిపిస్తుంది. అధికారులు అతని పునర్విద్యీకరణ కోసం ఎంత క్షుణ్ణంగా ప్రయత్నించినా గానీ వాటన్నిటినీ త్రోసిపుచ్చి విభేదం కలిగించే కాంక్షతో ఒకదాని వెనుక ఒక సంభవాన్ని సృష్టించాడు. తన ఉద్దేశాలు మార్చుకోవడానికి ఇన్ని అవకాశాలు ఇచ్చిందంటేనే అది సోవియట్ దేశం యొక్క కనికరం అని

చెప్పాలి. అతనికి వ్యతిరేకంగా ఇప్పటికే ఎంతో నిరూపణ ఉందనేది అనుమానం లేని విషయం. అతణ్ణి తీర్పులో నిలబెట్టి ఏడు సంవత్సరాల జైలు శిక్ష వేయడానికి తగిన పరిస్థితి ఉందని వన్యాకి తెలుసా? రిజిస్టరుకాని బాప్టిస్టు సంఘ సభ్యుడనని బహిరంగంగా ఒప్పుకొన్న విషయంలో న్యాయచట్టం 142వ నిబంధన జోక్యం కలిగించుకోవచ్చు. అబద్ధపు సాక్ష్యాలను గురించి 181, 182వ నిబంధనలు కూడా ఉన్నాయి. అతడు చెబుతున్న విషయాలు అవాస్తవికాలూ, ఎక్కువభాగం కేవలం అతిశయోక్తులతో నిండి ఉన్నవని నిశ్చయమై పోయింది. ఇప్పటికే అనేకసార్లు సత్యం చెబుతానని ప్రమాణం చేసి నిజం చెప్పినా అది వారు నమ్మలేకపోయారు. 190వ నిబంధనలోని మొదటి భాగం దీనికి వర్తిస్తుంది. ఉత్తరాలు వ్రాసేటప్పుడు కూడా సోవియట్ దేశాన్ని, ఎర్రసైన్యాన్ని దూషించే కరపత్రాలు అందుంచి ఇతరులకు అందజేశాడని ఇతడు ఇంటికి వ్రాసిన ఉత్తరాలు కాపీ చేసి చూస్తే అది యథార్థమని తెలిసింది. 58వ నిబంధన ప్రకారం సోవియట్ వ్యతిరేక విప్లవ విషయాల 10వ భాగం ప్రకారం అతడు ఇట్టి క్రైస్తవ కరపత్రములు పంపకం చేయడం వల్ల మరింత ప్రమాద స్థితిలో ఉన్నట్టున్నాడు. ఇప్పటికే జైలు గోడల లోపల ఉన్నాడు. అయినా మళ్ళీ ఇక్కడ స్వెర్ట్ లోవ్స్క ఖైదులో మరొకసారి తన దృక్పథాన్ని మార్చుకోవడానికి అవకాశం ఇవ్వబడుతుంది. ఇప్పుడు కూడా సహకరించడానికి అంగీకరించకపోతే అతణ్ణి ఒప్పించడానికిగాను కఠినమైన పద్ధతులు అవలంభించవలసి ఉంటుంది.

తాను మాట్లాడే ప్రతి మాట మీద దృష్టి ఉంచి నెమ్మదిగా మాట్లాడాడు వన్యా. తన స్వభాషయైన మాల్దేవియన్‌లో మాట్లాడడానికి మధ్యలో వీలు లేకపోవడం కష్టమనిపిస్తుంది. అత్యవసర పరిస్థితిల్లోనూ, అతిగా అలసిన పరిస్థితుల్లోనూ రష్యా భాషా విధానంలోని కూర్పులు, ముగింపులు అతని మెదడులో మాయమై పోతుంటాయి.

“నేను సోవియట్ దేశానికి వ్యతిరేకంగా ఏమీ చేయలేదు. నేను

మౌనంగా సైన్యంలో పనిచేస్తూనే మరోవైపు దేవుని స్తుతిస్తూ, ఆరాధిస్తూ గడపాలని ఎంతో ఆశించాను. తరచూ సంభవిస్తున్న ఈ తొందరలు మిలటరీవారే తెస్తున్నారు గానీ నేను కాదు. ఏడు సంవత్సరాలు నేనిక్కడ ఉండడం దేవునికిష్టమైతే ఉంటాను. లేకపోతే రేపే తిరిగి నా స్థావరానికి పంపబడతాను. అది మాత్రం నాకు తెలుసు."

వన్యాను వారు మరొక క్రొత్త జైలు గదికి పంపారు. అది పంజరంలా బహు చిన్నదిగా నాలుగు చదరపు అడుగులుంది. ఉన్న స్థలంలో అధిక భాగాన్ని ఆక్రమిస్తూ వంటగదిలో ఉపయోగించే నేలపీటలాంటిది ఒకటి ఉంది. మునుపటి గదివలెనే ఇది బహు చల్లగా, వెలుగు లేకుండా ఉంది. రెండు రోజులపాటు కష్టంతో ఆ పీటమీద ముడుచుకొని కునికిపాట్లు పడుతుండేవాడు. అంధకార బంధురమైన ఆ గదిలో ఏ మాత్రం వెలుగుకు తావు లేదు. తనకు ఓ రొట్టెముక్క, పలుచని కాఫీ ఇచ్చేటప్పుడూ, లేక తన కాలకృత్యాలు తీర్చుకునే బకెట్టు బయటకు ఇవ్వాల్సి వచ్చినప్పుడు మాత్రమే వారు తలుపు తెరుస్తారు. అప్పుడు మాత్రమే కొద్దిపాటి వెలుగును చూస్తాడు. తరువాత మళ్ళీ అంధకారమే. టైం ఎంత అయినదో కూడా తనకు తెలియదు. దివారాత్రులు చీకటే.

ఒకటి రెండుసార్లు మాత్రం నిద్రలోనుండి ఊపిరి సలపనంత భయంతో లేచినపుడు క్రీస్తు సన్నిధి బహు సమీపంగా, శక్తివంతంగా తనతో ఉండడం వల్ల అట్టి ఆదరణతో వన్యా ఏడ్చేవాడు. దాని మూలంగా చలికి బిగిసి నొప్పులు పుడుతున్న తన కాళ్ళూ, చేతులూ కొంచెం సడలేవి.

అలా చలిలోను, అంధకారంలోను ముడుచుకొని కూర్చున్నందువల్ల అవయవాలన్నీ బిగిసి బాధ పడుతున్నప్పుడు వాళ్ళు అకస్మాత్తుగా గదిలోనుంచి అతణ్ణి బైటకు లాగి వరండాలోని తీవ్రమైన వెలుతురులో నిట్ట నిలువుగా నిలువబెట్టే సరికి వెచ్చని బాధ తన ప్రతి కండరంలోనూ ప్రవహించేది. ఒక కావలివాడు తుపాకి కొన వన్యా వీపుకు ఆనించి విపరీతమైన చలిలో ప్రశ్నించే భవనంవైపుకు బయటికి నెట్టుకుంటూ

తీసికెళ్ళాడు. మునుపటి అధికారి టేబుల్ దగ్గర నిలబడి ఉన్నాడు. బెల్టుకు కట్టి ఉన్న కుక్కలను కొట్టడానికి ఉపయోగించే కొరడాపైన తన చేతివేళ్ళు కదులుతున్నాయి.

"ఇప్పుడు నీ గోతిలోంచి బైటకు వచ్చి మంచి సోషలిస్టు గాలిని పీల్చుకొంటున్నావన్నమాట! గత రెండు రోజులుగా వదిలిపెట్టమని బ్రతిమిలాడడంలో నీ సమయం గడపలేదని తెలిసింది. అంటే నీవు కాస్త ఆలోచించావని తెలుస్తుంది. బహుశా ఇప్పుడు నీ కళ్ళకు నీవే తగిలించుకొన్న ముసుగు తీసివేసి నిజమైన సోవియట్ ప్రపంచంలోకి ప్రవేశించేందుకు ఆశిస్తున్నావేమో."

చిరు ఎండకు తన కనురెప్పలు మండుతున్నట్టు అనిపించాయి వన్యాకు. తన ముందు ఆఫీసరు గారి ముఖం మండుతూ ఉంది. నెమ్మదిగా మాట్లాడాడు,

"విశ్వాసుల జీవితం క్రీస్తుతో కూడ దేవుని దగ్గర భద్రం చేయబడి ఉందని ఓ వాక్యం ఉంది. అదే నిజమైన ప్రపంచం. నేను దాన్లో ఉన్నాను."

వన్యా ఇచ్చిన జవాబుతో కొంచెంసేపు ఉరిమి చూశాడు ఆఫీసర్. కొరడా తీసుకొని నాటక ఫక్కీలో తన ముందరున్న బల్లమీద కొట్టాడు. తన తీవ్రమైన కళ్ళు వన్యా ముఖం నుండి మరల్చకుండా ఏదో జంతువును బాదుతున్నట్టు మళ్ళీ మళ్ళీ ఆ బల్లను కొట్టాడు. ఆ దెబ్బలు కాసేపట్లో వన్యాకు తగలబోతున్నాయి అన్నట్టు.

చిన్న పిల్లాడులా ఉన్నప్పుడు పొలంలో తప్పతాగిన ఓ పనివాడు ఒక ఎద్దును కొట్టడం చూశాడు. కాడికి కట్టబడిన ఆ పశువు తప్పించుకోలేక పోయింది. పనివాని కొరడా చేసిన గాయాల నుండి రక్తం క్రిందికి స్రవించి మట్టిలో కలిసిపోయింది. వన్యా మనసులో ఈ సంఘటన జ్ఞాపకాలు గొప్ప భయాన్ని అకస్మాత్తుగా అతనిలో కలిగించాయి.

"ఇదే నిజమైన ప్రపంచం!" అరుస్తున్నాడు ఆఫీసర్. వణుకుతున్న తన

చేతితో కొరడా పట్టుకొని తిన్నగా వన్యావైపు నడుస్తున్నాడు. "నీ ముందున్న దానినుంచి దేవుడు నిన్ను తప్పించగలడని ఊహిస్తున్నావా? నీ కోసం నేను ఏర్పాటు చేసే వాస్తవం నుండి దేవుడు నిన్ను రక్షించలేకపోయినప్పుడు నీకెలా ఉంటుందో చూస్తాం."

తాను ఎదురుచూసిన కొరడా దెబ్బ కోసం సిద్ధంగా కాసేపు తన్నుతానే పొదివి పట్టుకున్నాడు వన్యా. కాని ఆ ఆఫీసరు అకస్మాత్తుగా వెనుతిరిగి కవాతు చేస్తున్నట్టు పెద్ద పెద్ద అడుగులు వేసుకుంటూ వేగంగా వెళ్ళి పోయాడు. ఒక నిమిషంలో ఇద్దరు కావలివాళ్ళొచ్చి వన్యాను జైలు వైపు గెంటుకుపోయారు.

తన ముందు తెరవబడి ఉన్న చిన్న ద్వారం ఉంది. భయంతో క్షణకాలం ఆగాడు వన్యా. "లోపలికి, లోపలికి" అంటూ కావలివాడు తన తుపాకి మడంతో వన్యాను గుద్దుతూ ఆ చిన్న గదిలోకి త్రోసి రపీమని తలుపుమూసి గడియపెట్టాడు. నీరు తన బూట్లపైన చిమ్మి గోడల మీద పడింది. ఆ గదంతా ఐస్ నీరుతో నిండి ఉంది. కాంతిహీనమైన దీపం ఒకటి పైకప్పు నుంచి వ్రేలాడుతుంది. పైనున్న పైపుల ద్వారా ఐస్‌నీరు తన మీదికి చిమ్మబడుతోంది. ఆ నీటి తుంపరలు గుడ్డిగా వెలుగుతున్న దీపకాంతిని అడ్డగిస్తున్నాయి. ప్రతి పంపు నుండి నీరు ప్రవహిస్తుంది. పైపులు ఒకదానితో ఒకటి అతకబడిన చోటునుండి కూడా నీరు కారుతుంది. క్రింద పడుతున్న నీరంతా ఆ గదిలో ఓ మూలనున్న మంచుతో కప్పబడిన గొట్టం గుండా బైటికి పోతుంది. క్రిందికి పడుతున్న చల్లని నీటిని తప్పించుకొని నిలవడానికి ఎక్కడా చోటు లేదని వన్యా వెంటనే గ్రహించాడు. తన కోటును తడిపివేసి మెడ మీదుగా లోనికి ప్రవహిస్తుంది నీరు. తన బట్టల్లో అలాగే ముడుచుకున్నాడు వన్యా. మంచుతో కప్పబడిన ఆ తలుపు మీద గట్టిగా తట్టాలనే ఆదుర్దా అతనిలో చెలరేగింది. నిమిషాల్లో గడగడ వణికిపోవడం మొదలెట్టాడు. "నా దేవా, నన్ను కనికరించుము. నా ప్రాణము నీ శరణుజొచ్చియున్నది. నన్ను

కరుణింపుము. నాశనము దాటిపోవు వరకూ నీ రెక్కల నీడను శరణు జొచ్చెదను. మహోన్నతుడగు దేవునికి, నా కార్యము సఫలము చేయు దేవునికి నేను మొర్రపెట్టెదను. ఆయన తన సన్నిధినుండి సహాయమును పంపి నన్ను రక్షించును" అని మౌన ప్రార్థన చేసుకున్నాడు. తన చుట్టునున్న నీటి తెరగుండా తలుపుకున్న రంధ్రం ద్వారా కన్నార్పకుండా తనను గమనిస్తున్న కావలివాని కళ్ళను చూసి నిర్ఘాంతపోయాడు వన్యా.

"నా నడకలను నీవు గమనించియున్నావు. నా కన్నీరు నీ కవిలెలో భద్రము చేయబడియున్నది అని గ్రంథములో లిఖింపబడియున్నది గదా? నేను మొరపెట్టిన దినమున నా శత్రువులు వెనుకకు తిరుగుదురు. దేవుడు నా పక్షమున నున్నాడని నేనెరుగుదును."

గదిలో ఓ మూలకు ఒత్తిగిలి వీపును గోడకు అదిమితే చాలావరకు పైనుండి పడుతున్న నీటినుండి తప్పించుకోవచ్చునని గ్రహించాడు వన్యా. గదిలో అన్నివైపుల నుండి తనకు వినవచ్చినట్టున్న ఆ దావీదు కీర్తనలోని పదాలు మళ్ళీ మననానికి వస్తున్నాయి. అదే సమయంలో తనను బయటికి వెళ్ళనిస్తే బావుండుననే బలీయమైన కోరిక ఎక్కువౌతుంది.

సమయం గడిచేకొద్దీ శరీరంలోని వణుకుపోయి భయంకరమైన నొప్పి తన కీళ్ళలో ప్రారంభమై వీపులోనికి, తలలోనికి కూడా వ్యాపించింది. తడిసి నానిపోతున్న బూట్లలో అదిమి పెట్టబడిన పాదాలు భయంకరమైన బాధతో ఆ గదిలో నేలమీదికి అతణ్ణి లాగేశాయి. మంచు, నీరు కలిసిన ఆ మిశ్రమంలో మోకాళ్ళూని వైభవంగా అలంకరించబడిన దీపస్థంభాల్లో వెలుగుతున్న క్రొవ్వొత్తుల మధ్య ఓ పెద్ద దేవాలయంలో తాను మోకరించినట్టు భ్రమ కలిగింది. తనచుట్టూ ఇంకా అనేకమంది మోకరించి ఉండగా, మధుర వాయిద్య సంగీతం, స్తుతి ఆ ఆలయంలో నిండి ఉన్నాయి. ఆరాధనా కార్యక్రమం దీర్ఘంగా... చాలా దీర్ఘంగా ఉంది.

* * * * *

ఈసారి ప్రశ్నించే స్థలం జైలు భవనంలోనే ఉంది. అది రాళ్ళతో కట్టబడిన పెద్ద గది. దానిలో టేబుల్ దగ్గరగా పెద్ద చలిమంట మండుతూ ఉంది. ఆ గదిలో మరోప్రక్కగా మంచంమీద వన్యా పండుకొని ఉన్నాడు. మంచం ప్రక్కగా వెచ్చబుట్టించే విద్యుత్పరికరం ఉంది. ఎలా ఆ మంచం మీదికి తీసుకొని రాబడ్డాడో, ఎంత సేపయ్యిందో అతనికి తెలియదు. స్పృహ వచ్చేటప్పటికి గుడ్డ కాలిన వాసన తెలిసింది. అతి కష్టంమీద పైకి లేచాడు. లేచి చూసేసరికి పొడవైన ఊచలు ఉన్న కిటికీ, పొడిగా ఉన్న గోడలు, మంటచుట్టూ కొంతమంది జైలు అధికారులు కనిపించారు. మళ్ళీ వెంటనే స్పృహ తప్పి, మంచంమీద వెనక్కి పడిపోయాడు. అతని వెనుక నిలువబడిన ఒక కావలి వన్యా శరీర దారుఢ్యాన్ని శపిస్తూ ఒక్క ఊపుతో లాగి కూర్చోబెట్టాడు.

ఆఫీసరు చెప్పేది అనవసరమనిపించినా వినడానికి ప్రయత్నించాడు వన్యా. తానేదో రోగిష్ఠి అయిపోయినట్లు అనిపించింది అతనికి. "నీకిప్పుడు నీ కొల భోజనం ఇస్తాం. సోవియట్ యువకుల కొరకైన అంతస్థును దృష్టిలో ఉంచుకొని నిన్ను తిరిగి కెర్చి స్థావరంలోనికి పంపాలని నిశ్చయించు కొన్నాం. ఇవి మా ఆజ్ఞలు. చాలా మొండివాడని ఋజువు చేసుకున్నావు వన్యా. కాని నీ స్వంత మార్గంలో నీవెళ్ళలేవని నీకు క్రియాపూర్వకంగా చేసి చూపించాం. నిన్నునీవు దిద్దుకోవడానికి సంసిద్ధత చూపించినపుడు నిన్నిక్కడినుండి విడుదల చేసి, నీవు సోవియట్ యూనియన్ పట్ల చూపించాల్సిన బాధ్యత ప్రకారం, మిలటరీవారు ఆశించిన ప్రకారం నీ శిక్షణ కొనసాగించడానికి తగిన ఏర్పాట్లు చేస్తాం."

వన్యా మంచం ప్రక్కనే ఉన్న టేబుల్ మీద ఒక కోపలో పలుచని కాఫీ, ఒక సాసరులో పలుచటి రొట్టెముక్క ఉంచారు. ప్రార్థనా పూర్వకంగా వన్యా కాఫీ కప్పును పెదవుల దగ్గరకి తీసుకుంటూ ఆ వెచ్చని ఆవిరిని పీల్చుకున్నాడు. ఎన్నడూ ప్రభువు బల్లలోని ద్రాక్షరసపు పాత్ర కూడా ఈ కాఫీ కప్పు అంత పవిత్రంగా అనిపించలేదు. క్రీస్తు మాటలు అతని మనసులో ప్రతిధ్వనించాయి, "అనేకుల కొరకు చిందించబడు నా క్రొత్త

నిబంధన రక్తము.” ప్రేమపూర్వకంగా కప్పును ఖాళీ చేశాడు. గౌరవంగా రొట్టె ముక్కను విరిచాడు. “తీసికొని తినుడి. ఇది నా శరీరము” అన్న భావనతో తిన్నాడు.

“ఇక్కడ మా దగ్గర కొన్ని పేపర్లున్నాయి. బహుశా వాటిమీద సంతకం చేయడానికి నీవిష్టపడవచ్చు. కెర్చి స్థావరానికి కమాండర్‌గా ఉన్న మాల్సిన్ గారితో సంపూర్తిగా సహకరిస్తాననీ, ఎర్ర సైన్యాలలో నీవుంటున్నప్పుడు ఏ విభాగం నుండి ఎలాంటి ఆజ్ఞ వచ్చినా సంపూర్తిగా లోబడతాననీ నీవు ఇష్టపడుతున్నట్టు ఈ కాగితాల్లో ఉంది. నీవు తినేసిన తరువాత కేవలం సంతకం చేస్తే చాలు. నీ విడుదల కోసం ఏర్పాటు చేస్తాం” ముగించాడు ఆఫీసర్. కాని వన్యా ముఖంలో రాజీ మనస్తత్వం ఏ కోశానా కనిపించలేదు.

* * * * *

ఆ తరువాతి దినాల్లో వన్యా ఆ చెరసాల ఒత్తిడిలో మరీ లోతుగా కూరుకుపోయాడు. “నిన్ను గడ్డకట్టించే గదిలోకి పంపిస్తారు” ఓ ముసలి కావలివాడు మెల్లగా చెప్పాడు. “ఆశ వదిలేసుకో, నీవు బ్రతకవు.” గడ్డ కట్టించే గదిలో తాను ఎన్ని గంటలు బ్రతుకగలడు? కావలివాడు అన్నట్టే అతణ్ణి ఆ భయంకర గదిలోకి పంపారు. తలుపు మూయబడిన సమయానికి గది గోడలకు, పై కప్పుకు మంచు పలుచని పొరలా కప్పబడి ఉంది. అతనిలో భయం అధికంగా రాసాగింది. ఒళ్లంతా నొప్పులు ప్రారంభ మయ్యాయి. అయినా తలుపు ముద్ర వేయబడే ఉంది. ఆ గది గోడలకు మంచు పొరలుగా ఉన్నందువల్ల ఆ గదంతా తెల్లగా ప్రకాశిస్తున్నట్టు అనిపించింది. తనకు తెలిసిన వాక్యాలు, ఇంటి జ్ఞాపకాలు, తాను చివరలో చేరబోతున్న ఆ ప్రకాశవంతమైన స్థలాన్ని గూర్చిన ఆలోచనలు తుదకు అతనికి నెమ్మదినిచ్చాయి. మెల్లమెల్లగా నొప్పులు, భయం తగ్గిపోతుంటే నిద్రలోకి జోగిపోతున్నాడు వన్యా. ఆ నిద్రాభారంతో ఆ గది నేలమీదికి ఒరిగిపోయాడు. కాని ఏదో ఒక విధంగా ఆ గండం కూడా గడిచింది.

తన శరీరాన్ని ఎవరో పిండినట్టుగా వత్తడం కేవలం ఒక కల అనుకున్నాడు వన్యా. కాని అది కల కాదు. అది మరో చిత్రహింస. తాను అంతరిక్షంలో ప్రయాణిస్తున్న యాత్రికునిలా భ్రమించాడు. కానీ తనకు ధరింపజేసిన ప్రత్యేకమైన దుస్తులలోకి బయటినుండి పంపబడుతున్న వాయుపీడనం అతణ్ణి ఉక్కిరిబిక్కిరి చేస్తోంది. "వదిలేస్తావా లేదా? నీ నమ్మకాలు మార్చుకుంటావా లేదా?? అని చెవిలో ఎవరో పెడుతున్న కేకలు అతణ్ణి పూర్తిగా మేల్కొల్పాయి. అతడు అలా వాయుపీడనంతో నలప బడుతూ ఊపిరాడకుండా బాధపడుతున్నాడు. దూరంగా అంతరిక్షంలో ప్రకాశమానమైన దేవదూతలు కనిపిస్తూ మాయమౌతూ ఉన్నట్టుంది. "నీ మార్గమంతటిలో నిన్ను కాపాడుటకు ఆయన నిన్ను గూర్చి తన దూతలకు ఆజ్ఞాపించును." నేను గాలి ఒత్తిడికి పేలిపోతే, పేలి పరలోకంలో ఉంటాను. ఇంకా ఇంకా ఒత్తిడి ఎక్కువ చేయబడింది. ఆ ఒత్తిడి దుస్తులతో ఏకీభవించి ఊపిరాడకుండా చేసే ఆ వేదనను తెంచుకొని దేవదూతతో తాను ప్రయాణించిన ఆ మహిమకరమైన స్థలమునకు వెళ్ళిపోవాలని ప్రయత్నించాడు. "నీ విశ్వాసాలు వదివేస్తావా లేదా? మేము ఈ ఒత్తిడి ఆపేస్తాం. నీవు మారకపోతే ఇంకా ఏడేళ్ళు ఇక్కడే ఉంటావు." వాళ్ళు తన స్వరం వింటారని తనకు నిర్ధారణ కాకపోయినా, అతి ప్రయత్నం మీద "దేవుని చిత్తమైతే ఇక్కడ ఉంటాను. లేదా... రేపే... వెళ్ళిపోతాను" అన్నాడు.

* * * * *

జైలు ఆఫీసరు ఖాళీ అయిన తన సిగపెట్టు ప్యాకెట్‌ను నలిపి టేబుల్ ప్రక్కగానున్న చెత్తబుట్టలో పారేసి టేబుల్ సొరుగులో సిగరెట్ల కోసం తడువులాడుతున్నాడు. మరో సిగరెట్ వెలిగించి దీర్ఘంగా యోచిస్తూ పొగ వదులుతున్నాడు. ఇంకా ఏంచేయాలో వర్తమానం రాలేదు. సైనికుడుగా వన్యా విషయంలో మిలటరీ న్యాయాధికారి మాత్రమే నేరారోపణ చేసి

శిక్ష విధించాలి. అనంతకాలం స్వెర్ట్ లోవ్స్క చెరసాలలో ఉంచడానికి అవకాశముంది. కాని ఆ విషయమై ఇంకా తనకెలాటి ఆదేశం రాలేదు. యాంత్రికంగా జైలు కమిటీవారు తమ బాధ్యతలు నిర్వర్తించారు. పన్నెండు రోజులు వరుసగా సంపూర్ణంగా ప్రశ్నించడం, పునర్విద్యీకరణ ప్రయత్నాలు జరిగాయి. ఓ రైలు పెట్టెలో ఎక్కించి కెర్చికి పంపడం తప్ప మిగిలిందేమీ లేదు. తిరిగి బలపడడానికి తన భవిషత్తు విషయం ఆలోచించడానికి కెర్చికి వెళ్ళే సుదీర్ఘమైన, అసౌకర్యకరమైన ప్రయాణం వన్యాకు ఉపయోగ పడుతుంది. కమిస్సార్‌లనే ఆలోచించుకోనివ్వండి. స్వెర్ట్‌లోవ్స్క ఖైదులో సరియైన పద్ధతులు పాటించలేదని వారు అనలేరు. వన్యా విషయంలో స్వెర్టెలోవ్స్క చెరసాల అధికారులు చేయగలిగింది ఇంకేమీ లేదు. వారు చేతులు కడిగేసుకోవచ్చు.

☆ ☆ ☆

అధ్యాయం 8

"నీ రొట్టె కొంత నాకిచ్చావు, అందుచేత రష్యా కూడ దొరికింది"

కెర్చిలో శీతాకాలం ఇప్పుడిప్పుడే అంతమౌతుంది. ఉదయకాలంలో మంచు కొద్దికొద్దిగా మందకొడిగా ఇంకా పడుతూనే ఉంది. కానీ చలి తగ్గినపుడు సైనిక శిక్షణలోని కఠినత్వం కొంచెం సడలుతుంది. పొలిట్ రుక్‌వారు, స్వెర్ట్‌లోవ్స్క్ ఖైదులో జరిగిన విషయాలను గూర్చి ఎవరి వద్దా ప్రస్తావించరాదని వన్యాని బెదిరించారు. సైనిక విషయాల్లోనూ, రాజకీయ విషయాల్లోనూ తన యూనిట్‌తో కలవాల్సిన సందర్భంగా తన సమయంలోని ప్రతి క్షణాన్నీ అందుకు వెచ్చించాల్సి ఉండడం వల్ల వారి మాటలను పాటించడం సులభమే అయింది. అంతేగాక కొలొనెల్ మాల్సిన్ గారికి డ్రైవరుగా నిర్ణయించబడడం వల్ల అనుకోకుండా అకస్మాత్తుగా పిలవబడడం జరుగుతుండేది. అప్పుడప్పుడూ ఇతర సైనికులతో కలసి తరగతిలో కూర్చున్నప్పుడు మాత్రం వన్యా తన డ్యూటీలను విస్మరించి నిమ్మళించి శాంతంగా ఉండగలిగేవాడు. అలాంటి ప్రశాంతతలోనే తన స్వెర్ట్‌లోవ్స్క్ ఖైదు అనుభవాలు గుర్తు వచ్చేవి. ఒక్కసారి మాత్రం చదరంగం ఆడేటప్పుడు ఆ ఖైదులోని భయంకర విషయాలు సెర్గెయ్‌కి గుసగుసలుగా చెప్పాడు. అందరూ కలసి మెల్లగా మాట్లాడుకొన్నారు. అంతా హాస్యాలు, జోక్‌లు చెప్పుకుంటూ ఉన్నప్పుడు వీరిద్దరూ వాక్యభాగాలు, ప్రోత్సహమిచ్చే మాటలు చెప్పుకొంటూ ఒకరినొకరు హెచ్చరించు కొనేవారు.

వసంతం వచ్చేసరికి ఒక ఆశ్చర్యకరమైన సంగతి జరగడం వన్యా గమనించాడు. ప్రార్థించడానికి సమయం లభించని దినమేదైనా గాని దేవుని సన్నిధి అతనికి అతి సమీపంగానూ, మరి యెక్కువగా అతనిని నింపేదిగానూ ఉండడం చూశాడు. ఆ సాయంత్రం కూడా విజ్ఞానశాస్త్ర

నాస్తికత్వం తరగతికి వెళ్తున్నప్పటికీ అతనిలో ఏ విధమైన అసహనం కనిపించలేదు. బహుగా అలసి ఉండడం వల్ల అతని కండరాలు నొప్పిగా ఉన్నాయి. కాని దేవుని పట్ల స్తుతి అతని హృదయంలో ఊటలా పొంగి వస్తుంది. వన్యా కుర్చీలో కూర్చుండి, కుర్చీ చేతిపైన తలవాల్చాడు. అతని ప్రక్క పడకపై ఉండే వ్లడీమీర్ ఆల్బ్యా అతణ్ణి చూసి ఇంత గందరగోళంలో కూడా ఎలా నిద్రపోగలడా అని ఆశ్చర్యపోయాడు. సమయం చాలా మించి పోయిందని గడియారం చూపిస్తున్నది. కాని ఉపాధ్యాయుడు ఇంకా గదిలోకి రాలేదు.

విద్యుత్ హీటర్ వెచ్చదనాన్ని విడిచిపెట్టడం ఇష్టం లేకపోయినా అకస్మాత్తుగా ఏ ఆఫీసరైనా వచ్చి, ఉండాల్సిన స్థలంలో ఉండకపోవడం చూస్తాడనే భయంతో అయిష్టంగానే తమ తమ సీట్లలోకి వచ్చారు సిపాయిలంతా. సమయం గడిచిపోతుంది. అకస్మాత్తుగా వ్లడీమీర్‌కు ఏదో ఉద్దేశం కలిగింది. 'మనమే మన క్లాసు నడిపించుకుందాం. రాజకీయ చర్చ జరుపుకుందాం' అన్నాడు.

అందరికీ కాస్త ఆసక్తి కలిగింది. ఆ విధంగానైనా సమయం గడప వచ్చునని తలంచారు. పైనుండి ఆజ్ఞ రాకుండా క్లాసు విడిచి వెళ్ళడానికి వీల్లేదు.

"మన కామ్రేడ్ వన్యా చాలాసార్లు ఈ తరగతిలో నేర్పించబడే విషయాలను ఎదిరించి నిలబడ్డాడు. కాని ఎన్నడూ వివరంగా అతని అభిప్రాయాలను మనం వినలేదు. ఇప్పుడీ ప్రశ్నమీద చర్చిద్దాం. "వన్యా దేవుడికీ, మన దేవుడికీ (అంటే దేశం అని అర్థం) మధ్యగల తేడా ఏమిటి?"

తరగతి ప్రారంభం కాకముందు వన్యా ప్రార్థన చేసుకొన్నాడు. అంతర్యంలో ఏదో ఒక ప్రేరణద్వారా దీనికి అంగీకరించాడు. కొంతమంది సిగరెట్లు ముట్టించి తమ కుర్చీలను అతనివైపు మళ్ళించుకొన్నారు. క్లాసులో ఒక విధమైన తీవ్రత ఆవరించింది.

ప్రారంభించడం వ్లదిమీర్ వంతయింది. "సరే వన్యా, అసలు నీ దేవుడెవరు?"

దేవుణ్ణి గూర్చి చెప్పడానికి ఓ అవకాశం లభించిందన్న వన్యా కుతూహలం కొంచెంసేపు మాత్రమే ఉంది. "నా దేవుడు సర్వశక్తిమంతుడైన ...."

గది మధ్యలో ఉన్న ఆర్మేనియా నుండి వచ్చిన ఒక సార్జెంటు దగ్గి, అసహనంగా నేలమీద బూటుతో తన్ని, ఉద్రేకంగా, "ఒక్క నిమిషం! వన్యా, నీ దేవుడు సర్వశక్తిమంతుడేనా?"

"అవును"

"ఏమైనా చేయగలడా?"

"అవును"

సార్జెంటు కళ్ళలో మెరిసిన సవాలు స్పష్టంగా కనిపించింది. సైనికుల కందరికీ ఇది ఆహ్లాదంగా ఉంది.

"నిజంగా నీ దేవుడు సర్వశక్తిమంతుడైతే, ఏదైనా చేయగల సమర్థుడైతే, ఏదీ ఋజువు చెయ్యి?"

గదిలో నలుమూలల నుండి అంగీకారంతో కూడిన గుసగుసలు వినిపించాయి. ఇప్పటికే వన్యా జీవితం అనేకమంది మనసుల్లో చిక్కు ప్రశ్నల్ని పుట్టించింది. సార్జెంటు గట్టిగా మాట్లాడుతున్నాడు. "నీ దేవుడు సర్వశక్తి గలవాడైతే ఇంటికెళ్ళడానికి రేపు నాకు సెలవు ఇప్పించమను. అపుడు నేనతణ్ణి నమ్ముతాను."

"బావుంది!" వ్లదిమీర్ అందుకున్నాడు. "ఇక్కడేదో విజ్ఞాన శాస్త్రానికి సంబంధించిన ప్రశ్నలాంటిదుంది. నలుపో తెలుపో తేలిపోతుంది. ఔనా, కాదా? అంతే. సెలవులు దొరకడం అరుదు. ఇటువంటి పందెం విషయంలో సందిగ్ధం గాని, అద్భుతంగాని ఏదీ ఉండదు."

ఈ సవాలును అందరూ త్వరగా అంగీకరించారు. "అవును వన్యా! నీ సంగతులు విన్నాము. ఇప్పటివరకు నీవు చెప్పేవన్నీ పిట్టకథల్లా అనిపిస్తున్నాయి. కానీ, నీ దేవుడు ఈ సార్జెంట్ ప్రొకొరోవ్‌కు గాని సెలవు ఇప్పించగలిగితే అప్పుడు నిజంగానే ఆకాశంలో ఒక దేవుడున్నాడని మేం నమ్ముతాం."

"నిజమే, ఇది గనక చేయగలిగితే నిజంగానే ఆయన సజీవుడని, సర్వ సమర్థుడని మేం విశ్వసిస్తాం!"

"తప్పకుండా మీ దేవుడు తన్ను తానే ఋజువు చేసుకోవాలి. అప్పుడు మేం నమ్ముతాం!"

ఉద్రేకపూరితులైన సైనికుల వైపు చూస్తూ, ఆత్మలో ఎడతెగకుండా ప్రార్థన చేస్తున్నాడు వన్యా. వన్యా ముఖంలోని పోరాటాన్ని చూస్తూ నెమ్మదిగా చల్లబడి కనిపెడుతున్నారు సైనికులు.

"ప్రభువా, ఇది నీ సంకల్పమా? నీవు మనుష్యుల చేత శోధింప బడతావా? వాళ్ళడిగేది సరియైనదేనా ప్రభువా?"

"చెప్పు వన్యా! సజీవుడైన నీ దేవుణ్ణి మేం పరిశోధించాలి" సార్జెంటు కుర్చీ కదుపుతున్నాడు. ఎలాగైతేనేం, ఈ సవాలును అందరూ గట్టిగా పట్టుకొన్నారు.

అకస్మాత్తుగా బైబిలులోని పాత నిబంధనలో బయలు ప్రవక్తలకు, ఏలీయాకు పోటీ గుర్తు వచ్చింది. అంతరంగంలో నిమ్మళించి మళ్ళీ నడుపుదల కోసం ప్రార్థించాడు. తాను ఎదిరించలేనంత స్పష్టంగా మాటలు అతని మనసులోనికి వచ్చాయి. "నేను దీనిని చేస్తానని వారికి చెప్పు!"

వన్యా ఇచ్చిన జవాబుతో అందరూ నిశ్చేష్ఠులై చూశారు. అతని స్వరంలో వాళ్ళను ఆశ్చర్యచకితుల్ని చేసే ఒక విధమైన నిర్ధారణ ఉంది. సార్జెంటువైపు తిరిగి అందరికీ వినపడేటంత స్పష్టంగా చెప్పాడు. "రేపు సెలవుకు నీవు ఇంటికి వెళ్తావని ప్రభువు చెబుతున్నాడు. నేనిప్పుడు చెప్పేవి

నీవు చేయాలి. నీ సిగరెట్టు విసిరెయ్యి." విసిరేశాడు సార్జెంటు. "నీ జేబులో ఉన్న ప్యాకెట్టు తీసిపారెయ్యి."

భుజాలు కదిపి సార్జెంటు ప్రొకొరోవ్ సిగరెట్ ప్యాకెట్ బైటికి తీసి నెమ్మదిగా హీటర్ వైపు నడిచి దాని ఎర్రబడిన విద్యుత్తీగలలో పారేశాడు. క్షణంలో అవి భగ్గున మండిపోయాయి.

తరగతి రెండు తలుపుల వద్ద సైనికులు గుంపుగూడి ఉన్నారని, గది చుట్టూ కూడా ఉండడం అప్పటికప్పుడే గమనించాడు వన్యా. ప్రశాంతత గదిలో ఆవరించి ఉంది. అకస్మాత్తుగా కొంతమంది ఆఫీసర్లు రొప్పుకొంటూ రావడంతో సాయంకాలపు తరగతులు ప్రారంభమయ్యాయి.

రాత్రి లైట్లు ఆర్పేవరకూ తిరిగి సార్జెంటుతో మాట్లాడే అవకాశం లభించలేదు వన్యాకు. దగ్గరగా ఉన్న కిటికీలో నుండి మిలమిలలాడుతున్న నక్షత్రాలను అదేపనిగా చూస్తూ నిద్ర రాక ఉన్నాడతను. వన్యా ఇచ్చిన జవాబులోని స్థిరత్వం అతనిని ధైర్యహీనునిగా చేసింది. ఆ సాయంకాలం అంతా మరి ఏ ఇతర విషయాన్ని గూర్చి ఆలోచించ లేకపోయాడు. ఆ సంగతి విపరీతంగా ఉన్నప్పటికీ పదేపదే అతని మనసులో ఒక రకమైన ఉత్సాహం వస్తుంది. మరుసటి ఉదయం ఏదైనా జరగవచ్చునేమో అని అతనిలో సగం విశ్వాసం వచ్చింది.

"కామ్రేడ్, నీతో మాట్లాడాల్సింది చాలా ఉంది" మెల్లగా పలికాడు వన్యా. ప్రొకొరోవ్ మోచేతిపై ఆని, పైకి లేచి భుజాల మీద దుప్పటి కప్పుకున్నాడు.

"వన్యా, నీవింకా ఎందుకు నిద్రపోలేదు?"

చిన్నగా నవ్వాడు వన్యా. "ఎందుకంటే నీతో మాట్లాడాల్సింది చాలా ఉంది గనుక. రేపట్నుంచి నీవు విశ్వాసివి కాబోతున్నావు గనక. నీకు నేను చెప్పాల్సిన విషయాలు చాలా ఉన్నాయి."

"నీకు పిచ్చిగాని పట్టిందా వన్యా? ఎందుకు నీ పడకమీదికి వెళ్ళవు? నీకు జలుబు చేసే ప్రమాదముంది."

ప్రొకొరోవ్ భయంతోనే ఆ చీకట్లోనే ఓరగా చూశాడు వన్యావైపు. డిశంబరు నెలలో రాత్రంతా గడ్డ కట్టించే నెల చలిలో వన్యా బయట నిలబడిన విషయం గుర్తుకొచ్చింది. ప్రొకొరోవ్ పడకకు ఒక ప్రక్కగా ముడుచుకొని ఉన్న వన్యా దుప్పటి కప్పుకొని ఉండడం చూసి కొంచెం ధైర్యపడ్డాడు.

"రేపు ఉదయం దేవుడు నీకు సెలవు ఇప్పిస్తే దేవునియందు విశ్వాస ముంచుతానని చెప్పావు కదూ!"

"నేనే కాదు, మాలో చాలామంది అలా అన్నారుగా"

"కాని ప్రొకొరోవ్, కేవలం నీకోసం దేవుడీ పని చేయబోతున్నాడు. బైబిలు ఏమి నేర్పిస్తున్నదో నేను నీకు చెప్పాలి."

అదో అసౌకర్యమైన భావం అతని హృదయంలో ఉన్నా గానీ, వన్యా చెప్పే విషయాలు ప్రొకొరోవ్‌లో శ్రద్ధ పుట్టించాయి. ఇలాంటి విషయాలు అంత నిశ్చయతతో చెప్పగా వినడం ఇదే మొదటిసారి. అప్పుడప్పుడూ తాను విన్న బైబిల్లోని నమ్మశక్యం కాని కథలకు, తాను మ్యూజియంలలో చూసిన మేరీమాత, బిడ్డ, భక్తుల ప్రతిమలకూ బైబిలు నేర్పిస్తున్న అసలు విషయాలకూ చాలా తేడా ఉన్నదని గమనించాడు. కాని అది మానవ జీవితంలో మామూలుగా ఉండే అనుభూతి అని సమర్ధించి సరిపెట్టు కున్నాడు. ఇప్పుడు వన్యా చెబుతున్నట్టుగా ఆ శూన్యత దేవుని కొరకైన ఆశ కావచ్చునా? నిజంగానే దేవుడనే వాడున్నాడా?

"మీ ఊళ్ళో ప్రార్థనా మందిరముందా?"

చిత్రంగా ఉంది సార్జెంటుకు. "అంటే ఆ ముసలి స్త్రీలు వెళ్ళేదా? అలాంటిదేదీ లేదనుకుంటా"

"ముసలి స్త్రీలు మాత్రమే కాదు, చాలామంది పురుషులు, యువకులు కూడా వెళ్తారు. వాళ్ళు నీకు సహాయం చేయగలరు. మీ ఊళ్ళో ఉన్న విశ్వాసుల చిరునామాలు నీకోసం సంపాదించి పెట్టగలను. కాని దానికి కొంత సమయం పడుతుంది. కెర్చిలో ఉన్న సోదరులను అడిగితే ఆ వివరాలు చెబుతారు."

"నీలాంటి విశ్వాసం ఉన్నవాళ్ళు కెర్చిలోనూ, మా ఊళ్ళోకూడా ఉన్నారంటావా?"

అకస్మాత్తుగా నవ్వాడు వన్యా. "తప్పకుండ, నీ విషయంలో దేవుడు చేసిన కార్యం నీవు వారికి చెప్పినప్పుడు వారిని చాలా సంతోషపరిచే వాడవవుతావు. ఎంతగా స్తుతిస్తారో తెలుసా? నిన్నెంత ఆప్యాయంగా ఆహ్వానిస్తారో!"

ప్రొకొరోవ్‌కు అంతా చాలా అసౌకర్యంగా అనిపించింది.

"విశ్వాసుల కూడికలలో కొంతమంది దగ్గర బైబిళ్ళు ఉంటాయి. కనీసం పాస్టర్లలో ఒకరికైనా బైబిలుంటుంది. ఎక్కువమంది దగ్గర కూడా ఉండొచ్చు. కొన్నిసార్లు నీవు చదువుకోవడానికి వారు వాక్యభాగాలు నీకు బదులివ్వగలరు. ఎక్కడ ప్రారంభించాలో కూడా నీకు వారే చెబుతారు. నీకు ఎరువు ఇవ్వడానికి నా దగ్గర బైబిలు లేకపోవడం విచారకరం. కాని ప్రస్తుతం నేను చెబుతున్న విషయాలు మాత్రం నిజం అని నమ్మాలి. బైబిలు చెబుతున్నవాటిని నేను చెప్పగలిగినంత మట్టుకు నీకు చెప్పాలని నేనాశిస్తున్నాను. మనం లోకం, మానవుడు, పాపం, మానవుల రక్షణ కొరకైన దేవుని ఏర్పాటు అనే విషయాలు ఆలోచించాలి."

ఎవరికీ వినిపించనంత మెల్లగా వాళ్ళిద్దరూ అలా మాట్లాడుకొంటుండ గానే రాత్రి గడిచిపోయింది. లేవాల్సిన సమయానికిక రెండు గంటలు మాత్రమే ఉండగా ప్రొకొరోవ్ లేచి ఒళ్ళు విరుచుకొని నిలబడితే వన్యా చిన్న ప్రార్థన చేసి ముగించాడు. "వన్యా, నా తలనిండా చాలా

ఆలోచనలున్నాయి. బహుశా, నేనిక నిద్రపోలేనేమో. కాని కామ్రేడ్, నీకు వందనాలు. తెల్లవారిపోయేలా ఉంది."

* * * * *

బూర శబ్దం వినిపించగానే నిరీక్షణ వలని జలదరింపుతో లేచాడు వన్యా. ఈవేళ అద్భుతమైన దినంగా ఉండిపోతుంది. ఉదయమే పరుగెత్తవలసిన విషయంలో మొదటిసారిగా ఆసక్తి చూపెట్టాడు వన్యా. బహుశా సెర్గెయ్‌ని కలిసి ప్రొకొరోవ్ విషయం, దేవుడు చేసిన వాగ్దానం విషయం చెప్పే అవకాశం వస్తుందేమో. కాని అనుకోకుండా వన్యాకు ఉదయకాలపు డ్రిల్లు లేకుండా పోయింది.

గతరాత్రి రావలసిన రొట్టెలు రాకపోవడంతో ఉదయకాలపు అల్పాహారం కోసం కెర్చికి వెళ్ళి రొట్టెలు తేవాల్సిన పూచీ వన్యాకు అప్పగించబడింది. వన్యా కారులోకి ఎక్కి కారు స్టార్టు చేస్తూ పాట ప్రారంభించాడు.

దాదాపు ఓ గంట తరువాత స్థావరంలోకి తిరిగి ప్రవేశిస్తున్న వన్యా కార్లు ఆపబడే గ్యారేజీ దగ్గర ఒక చిన్న గుంపు ఉండడం చూశాడు. ట్రక్కులోనుండి బయటకు దూకి గేటు దగ్గర పచార్లు చేస్తున్న సైనికుల గుంపు దగ్గరకు పరుగెత్తాడు. వాళ్ళంతా తన యూనిట్‌కు సంబంధించిన వాళ్ళే.

ఉద్రేకపూరితమైన కేకలు గాలిలోకి లేస్తున్నాయి. "వన్యా! కామ్రేడ్ ప్రొకొరోవ్ సెలవుమీద ఇంటికి వెళ్ళిపోయాడు! నీకు చెప్పాలని మేం కనిపెడ్తున్నాం."

సైనికులు వన్యా చుట్టూ అపేక్షగా గుమిగూడారు. ఒడెస్సాలోని కేంద్ర కార్యాలయంలోనుంచి ఒక జనరల్ ఈ స్థావర అధికారులతో మాట్లాడి ప్రొకొరోవ్‌కు వెంటనే సెలవిప్పించి ఇంటికి పంపవలసిందని ఆదేశించాడు.

ఫోనులో ఈ సంగతి వినబడిన పది నిమిషాలకే అతడు పిచ్చివానిలా ఎగిరి గంతులేస్తూ రైలు స్టేషన్‌కు పోయే మెయిన్ ట్రక్కు వెనుక ఎక్కి వెళ్ళి పోయాడు.

వ్లడిమీర్ గుంపులోనుండి ముందుకు వచ్చి వన్యా చేయి పట్టుకున్నాడు. "మేమంతా ప్రొకొరోవ్‌కు సెలవు దొరికినందుకు సంతోషంతో కేకలు వేస్తూ నవ్వుతూ ఉంటే ఆఫీసర్లు ఆ వెనువెంటనే వచ్చారు. రాజకీయ తరగతిలో గతరాత్రి జరిగిన విషయాలు చెప్పాము. అంతా నీవు చెప్పినట్లే జరిగిందని. మేము చెప్పేసరికి వాళ్ళ ముఖాలెలా మారిపోయాయో నీవు చూడాల్సింది వన్యా! ఏం జరుగుతుందో చూద్దామని మేజర్ గిడెన్కో వచ్చి జరిగింది విని, ప్రొకొరోవ్‌ను వెనుకకు తీసికొని రమ్మని సైనికులను పంపించాడు. వాళ్ళు స్టేషన్ చేరినపుడు దూరంగా మాయమైపోతున్న రైలుబండి చివరిభాగం మాత్రమే చూడగలిగారు. అంతే, ప్రొకొరోవ్ వెళ్ళిపోయాడు!"

మేజర్ గిడెన్కో తన ఆఫీసు కిటికీ దగ్గరనుండి బైనాక్యులర్స్‌తో వన్యా తిరిగి వచ్చిన దృశ్యాన్ని ఒక్క క్షణంపాటు చూశాడు. వెంటనే తన దగ్గరకు రావలసిందని ఆజ్ఞాపించడం మంచిదనుకొన్నాడు. ఆ గుంపు నుండి వన్యా తొలగించబడడం, మిగిలినవారు తమ పనులకు వెళ్ళడం చూసి తృప్తి చెందాడు. స్వెర్ట్‌లోవ్స్క్ చెరసాల అనుభవం తర్వాత వన్యా కుదిరిపోతాడని గిడెన్కో తలంచాడు. కొంతమట్టుకు పరిస్థితులు అదుపులో ఉన్నాయని సింపర్ పాల్‌లోని కమిస్సార్ డాలటావ్‌కు ఆ మధ్య సమాచారం పంపించాడు. కాని మళ్ళీ ఇక్కడేదో అవాంతరం కనిపిస్తుంది. వన్యా తన యూనిట్‌లో ఒకవిధమైన గౌరవాన్ని సంపాదించు కొంటున్నాడు. మంచి సైనికుడుగా పేరుగాంచినందువల్ల యూనిట్‌లోని వారికి అతని పట్ల, అతని క్రైస్తవ ఉద్దేశాల పట్ల అభిమానం ఏర్పడుతుంది. ఒకదాని తరువాత ఒకటి ఇలా సంభవిస్తుంటే ఒక యూనిట్‌లోని వారికి శిక్షణనీయడం అసాధ్యమౌతుంది. కాని వన్యా విషయంలో అనూహ్యమైనదే ఉంది.

కమిసార్ డాలటోవ్ పక్షాన పనిచేస్తున్న కొలొనెల్ మాల్సిన్ అయితే ఈ విషయం సవిస్తరంగా తేల్చుకోవాలి, లేదా వన్యా అంటే ఎవరో అని గుర్తించలేని యూనిట్‌లోకైనా అతణ్ణి మార్చివేయమని గిడెన్కోకు సలహా ఇచ్చాడు.

ఈ విషయంలో పైకి కనిపించేదానికంటే లోలోపల చాలా ఉండి తీరాలి. ఒడెస్సాలో తనకు సంబంధమున్న వాళ్ళెవరో ప్రొకొరోవ్ యొక్క సెలవు గురించి వన్యాకు చెప్పి ఉంటారు. గిడెన్కో నిస్పృహ చెందాడు. ఇట్టి సమస్యలు ఎప్పుడూ ఎంతో సమయాన్ని మింగేయడమే కాక, అనేకమంది జోక్యం ఈ విషయాలలో ఉంటోంది. వన్యా సమస్య త్వరలో తీరుతుందనే ఆశ వదులుకున్నాడు. అయితే ప్రొకొరోవ్ సంగతి పెద్ద సమస్య కాదు. రాజకీయ విషయాలన్నింటిలోను ఇప్పటివరకూ బాగానే ఉన్నాడు. గలిబిలి చేయదలచిన వాడెవడో ఒకడు ప్రొకొరోవ్ విశ్వాసినని ప్రకటించాడని పుట్టించాడు. ప్రొకొరోవ్ తిరిగి వచ్చేశాక ఆ విషయం తేల్చవచ్చు.

కొలొనెల్ మాల్సిన్ ఈ విషయంలో శ్రద్ధ తీసుకోవడం చాలా దురదృష్టకరం. అలాంటి పదిమంది వన్యాలను కూడా సరిచేయడానికి సరిపడేంతమంది ఆఫీసర్లు పొలిట్ రుక్‌లో ఉన్నారు. కాని మత విషయాలంటే మాల్సిన్ ఎందుకో మెత్తబడిపోతాడు. మాల్సిన్ చిన్న రూపం గదిలోకి రావడం చూసి లేచి శాల్యూట్ చేశాడు గిడెన్కో. మాల్సిన్ ఇలాంటి విషయాలను ఇతరులకు ఎందుకు విడిచిపెట్టడు? అనుకొన్నాడు గిడెన్కో.

"అందరిలోనూ పేరు పొందియుండకపోతే అతని సంగతి నేనే చూసి ఉండేవాణ్ణి" సన్నని మాల్సిన్ గొంతు గిడెన్కోను నిందిస్తూ మాట్లాడుతుంది. "నేనతణ్ణి జాగ్రత్తగా పరిశీలిస్తున్నాను. నన్ను నమ్ము. అతడు అతి నేర్పరియైన డ్రైవరు. ఎప్పుడూ సరియైన టైముకే వస్తాడు. కారు ఎప్పుడూ మంచి కండిషన్‌లో ఉంచుతాడు. ఎల్లప్పుడూ నమ్రతగా ఉంటాడు. ప్రతి

విషయంలోనూ సరిగ్గా ఉంటాడు. కొంతమంది ఆఫీసర్ల దగ్గరనుండి యోగ్యతలను కూడా సంపాదించు కున్నాడు. ఏదీ, ఇంతకీ అతడు శిక్షణలో ఉన్నది ఆరు, లేక ఏడు నెలలు మాత్రమే."

గిడెన్కో చాలాసేపు ఆలోచించాడు. ఒక యువకుడు ఎర్రసైన్యం అధికారులను తృణీకరించడం అనేది వివరించడానికి కష్టమైన విషయం.

"ఇంతకు పూర్వం క్రైస్తవుల ప్రవృత్తి నాకు తెలుసు. వారు మొండివారుగానూ, లోబడనివారుగానూ ఉంటారు. రహస్యంగా వారి కార్యాలు జరిపిస్తారు. అయితే అదే సమయంలో పని విషయంలో మాత్రం వారి రికార్డులు లోపం లేనివిగా కాపాడుకొంటారు. మన రాజకీయ న్యాయవాదులందరికీ తెలిసినదానికంటే మన దేశపు న్యాయశాస్త్రం వారికి బాగా తెలిసి ఉంటుంది. తెలీకపోయినా తెలుసని వారనుకొంటారు" చెప్పుకుపోతున్నాడు మాల్సిన్.

"సరిగ్గా చెప్పాలంటే న్యాయశాస్త్రం ప్రకారం వన్యా ఏ విధమైన నేరం చేయలేదు. ఆ విషయం అతనికి ఖచ్చితంగా తెలుసు" జవాబిచ్చాడు గిడెన్కో.

"ఛీ, పిచ్చిగా మాట్లాడకు గిడెన్కో. నీ సమర్ధత పరిశీలించబడే ఏర్పాట్లు చేయగలను. ఒక విప్లవకారుడుగా ఈ నిమిషంలో అతణ్ణి బంధించగలను. ఒక సంగతేమిటంటే, సోవియట్ వ్యతిరేక చర్యలను, మత ప్రచారాలను నిరసించే చట్టాలున్నాయి. ఈ రెంటి విషయంలోనూ వన్యా నిందితుడే. ఆ విషయానికొస్తే మీకు తెల్సు, కొన్ని సందర్భాలలో చట్టాలను ప్రక్కనపెట్టి స్వంత అభిప్రాయాలతో ప్రవర్తించవలసి వస్తుంది."

కొలొనెల్తో చర్చించడం గిడెన్కోకు ఇష్టం లేదు. దురదృష్టవశాత్తూ వన్యాను క్రమేపీ సన్మార్గుణ్ణి గావించే అవకాశమే లేకుండా పోయింది. అందరి దృష్టి అతని మీదనే కేంద్రీకరించబడి ఉంది. కొలొనెల్, అతని తోటి సైనికులు మన కార్యాల్ని మత వ్యతిరేక కార్యాలుగా పరిగణించ

కూడదు. "అతని పనులు సోవియట్‌కు వ్యతిరేకమైనవని మనకు తెలుసుననుకోండి. కాని వారికి ఆ విషయం అంత అర్థం కాకపోవచ్చు. ఇదంతా చూస్తుంటే ఇది సామాన్యమైన సమస్య కాదని తెలుస్తుంది."

సిగరెట్ వెలిగించుకొంటూ కోపంతో గుడ్లురిమి గిడెన్కోవైపు చూశాడు మాల్సిన్. అసలు మొదటినుండీ ఈ విషయం సరియైన రీతిగా పరిష్కరించ బడలేదు. ఐదు రోజులు భోజనం లేకుండా ఉంచారు! కొన్ని గంటలు మంచులో నిలబెట్టారు. ఈ సమయమంతటినీ ఉపయోగించి ఏదో దేవదూతల కథ కల్పించ గలిగాడంతే."

మళ్ళీ ఇప్పుడు వన్యా, అతని దేవుడూ కలిసి అంతా నడిపిస్తున్నట్ల నిపించే ఇంకో సంభవాన్ని కల్పించాడు. మాల్సిన్ గీసిన అగ్గిపుల్లలతో ఆ చీకటి గదిలో అతని ముఖం ఓ క్షణంపాటు వెలిగింది.

"మనం వివరాలు సేకరించగలిగితే గనక ప్రొకొరోవ్ సెలవు విషయంలో అనూహ్యమైన విషయాల సేకరణ లభిస్తుంది. లోకంలో అద్భుతాలనేవి లేవు, కేవలం అమాయకత్వం తప్ప."

చిన్నగా తలుపు తట్టి గదిలోకి వన్యాను ప్రవేశపెట్టారు. ఆ వెంటనే తలుపు మూసుకుంది.

మాల్సిన్ దీర్ఘంగా గాలి పీల్చుకున్నాడు. అందమైన అవయువ నిర్మాణంతో స్వచ్ఛమైన స్థిరమైన కండ్లతో అతడు అందంగానే ఉన్నాడు. అతని ముఖంలోని భావం శ్రద్ధతో కూడినదిగా ఉన్నాగానీ, మాల్సిన్‌కు అది నచ్చలేదు.

"వన్యా, కాలయాపన లేకుండా అసలు సంగతి వెంటనే మొదలు పెడతాను. ఈ స్థావరమంతటికీ ముఖ్య కమాండర్‌గా ఉంటున్న కొలొనెల్ మాల్సిన్ అంటే నేనే. నీవు కీడు కలిగించే ఉద్దేశంతో సోవియట్ వ్యతిరేక ప్రవర్తన చూపిస్తున్నట్టు తలంచడానికి నాకు ఆధారాలున్నాయి. సార్జెంట్ ప్రొకొరోవ్‌కు ఈ ఉదయం అందిన సెలవు విషయంలో ముందుగా నీవు

తెలుసుకోవడానికి ఒడెస్సాలో నీకు సహాయకారులెవరో ఉండి ఉండాలి."

గిడెన్కో కుర్చీని త్రిప్పుకుని కిటికీ గుండా ఊరకనే బయటకు చూస్తూ కూర్చున్నాడు. తన భవనం ముందుగా నాలుగంతస్తుల భవనం క్రిందుగా పోతున్న సైనికులు మధ్య మధ్యలో పైకి చూడడం గమనించాడు. అంటే, మళ్ళీ వన్యా ప్రశ్నించబడుతున్నాడనే వార్త అందరికీ తెలిసిందని అర్థం.

"సోవియట్ జీవితం పట్లా, భౌతిక జీవితం విషయంలోనూ స్థిరమైన నమ్మిక లేనివారికి సాధ్యమైనంతమంది సైనికులను నీ మత సంబంధమైన కథలపైపు లాగివేయాలని నీవు ప్రయత్నిస్తున్నావన్న సంగతి స్థిరమైంది. సృజనాత్మకమైనా, చురుకైన కమ్యూనిస్టు శిక్షణా పరిశ్రమల నుండి వాళ్ళని దూరం చేయాలని నీవు అన్నివిధాలా ప్రయత్నిస్తున్నావు. నీ కమాండర్ అయిన నేను నీవు నీ వ్యతిరేక విషయాలన్నింటినీ ఒప్పుకొని వాటిని వెంటనే త్యజించ వలసిందిగా ఆజ్ఞాపిస్తున్నాను."

మేజర్ మెల్లగా గదివైపు తిరిగాడు. వన్యా మాత్రం కదల్లేదు, మెదల్లేదు.

"మొదటగా రాబోయే ప్రొకొరోవ్ సెలవు మంజూరు విషయం నీకెలా తెల్సింది? ముందుగా కెర్చిలో ఆ విషయం ఎలాంటి ఆచూకీ మాకు అందలేదు. ఆ విషయంలో పూర్తి వివరాలు కావాలి" ఇంకాస్త కఠినమైన స్వరంతో అడిగాడు మాల్సిన్.

వన్యా స్వరం స్పష్టంగానూ, స్థిరంగానూ ఉంది. "కామ్రేడ్ కొలొనెల్, సార్జెంట్ ప్రొకొరోవ్‌కు సెలవు దొరుకుతుందనే విషయం నాకు తెలియదు. తన ఉనికిని నిరూపించడం కోసం సెలవిప్పిస్తానని దేవుడు నాకు చెప్పాడు. దేవుడే అలా చేశాడు."

మాల్సిన్ ముఖం కోపంతో ఎర్రబడింది. అది వినబడలేదన్నట్టు ఇంకాస్త విపులంగా మళ్ళీ అదే ప్రశ్న వేశాడు.

ఇది చాలాసేపు పట్టేలా ఉంది కాబట్టి ఏదైనా పానీయం తీసుకొంటే బావుంటుందని తలచాడు గిడెన్కో.

ఉదయం నెమ్మదిగా మధ్యాహ్నంగా మారుతుంది. గిడెన్కోకు పరిచయమైన పద్ధతిలోనే మాల్సిన్ కఠినంగా, భయంకరంగా అరవడం, చిక్కులు పెట్టే పెద్ద పెద్ద ప్రశ్నలతో కాలయాపన చేస్తున్నాడు. మాల్సిన్‌గారి శక్తి మితిలేనిదిగా కనిపించింది. అయినా వన్యా నెమ్మదిగానే జవాబిస్తూ వచ్చాడు. కాని ఒక్కోసారి జవాబు కోసం విపరీతంగా ఆలస్యం చేస్తుంటే, అతనికేమైనా బలహీనత ఉందేమో అనిపించింది. కాని ఉదయకాల ఆహారం, మధ్యాహ్న భోజనం తీసుకోకుండా ఏ యువకుడు వాడిపోడు? అది త్వరగా ముగిసిపోతే బాగుండునని గిడెన్కో ఆశించాడు. కాని అది అంత త్వరగా ముగియలేదు. ఆ విషయాన్ని తానే అయితే మరింత స్వేచ్ఛగా సాధించగలిగేవాడననుకున్నాడు.

అకస్మాత్తుగా మాల్సిన్ భీకర స్వరం వన్యాను యూనిట్‌లోనికి వెళ్ళమని ఆదేశించింది. అతని వెనకే తలుపులు మూసుకొన్నాక పళ్ళు బిగబట్టి కోపంతో, తెల్లబారిన ముఖంతో “తన దేవుణ్ణి గురించి ఇన్ని కబుర్లు చెప్పి సోవియట్ కూడు తినడం మానడు మళ్ళీ” అన్నాడు.

☆ ☆ ☆

అధ్యాయం 9

"పేదవాళ్ళు పాడితే గొప్పవాళ్ళు వింటారు"

వేసవి కాలమంతా అస్థిరత్వంతోనే గడిచిపోయింది. వేరే యూనిట్‌కి పంపించేస్తారనే పుకారు విన్నాడు వన్యా. మాల్సిన్ అతణ్ణి వదిలించు కోవాలని నిశ్చయించుకున్నాడని అతనికి తెలుసు. కాని కెర్చి ఓడల రేవులో వసంతం, వేసవి, వర్షాకాలం ఇట్టే గడిచిపోయాయి. శీతాకాలం వస్తోంది. అయినా ఇంకా కెర్చిలోనే ఉన్నాడు. వేసవిలో రాత్రింబగళ్ళు క్షణకాలం ఆలోచించడానికి కూడ తీరిక లేకుండా పనిభారంతో రోజులు ఇట్టే దొర్లిపోతున్నాయి. పొలిటికల్ తరగతులు, తుపాకీతో గురిని కొట్టే విషయం, వ్యాయామ క్రీడలు, అభివృద్ధి చెందిన యంత్రాంగం, డ్రైవరు పని, రాత్రిపూట జరిగే డ్రిల్లు, పొలాల్లో జరిగించే వ్యాయామం, అన్ని విషయాల్లో అగ్రశ్రేణిలో ఉండాలని ప్రయత్నించాడు. ప్రతి విషయం దేవునికి మహిమ తేవలసిన తరుణం.

కానీ ఈవేళ మధ్యాహ్నం గడిచాక అతని తరలింపు విషయమై మరికొన్ని సంగతులు తెలిశాయి. ఇంటికి రాయాల్సిన ఉత్తరాన్ని స్థావరపు పోస్టాఫీసులో వేయడానికి త్వరగా పోతుంటే ఆఫీసర్ల భోజనశాల ముందు నిలబడిన సైనికుల గుంపులో ఎవరో తన పేరు ఉచ్ఛరించడం విన్నాడు.

"వన్యా ఏమిచేసాడు?" వ్లడిమీర్ యూకోలివిచ్ అడిగాడు. "మన చట్టంలో ఎవరికైనా గాని మనస్సాక్షికి సంబంధించిన స్వాతంత్ర్యం ఉందని వ్రాయబడలేదా? విశ్వాసిగా ఉంటే అది చట్టవిరుద్ధమైన విషయమా? అతణ్ణి పదే పదే ప్రశ్నించడానికి అతడే చట్టాన్ని మీరాడు?"

ఆఫీసరిచ్చిన జవాబు గాని, పొలిట్ రుక్‌వారి సమాధానం గాని వన్యాకు వినబడలేదు.

ఒక యూక్రేనియన్ సైనికుడు గుంపులో మధ్యకు జరిగి బొంగురు గొంతుతో ఇలా అడిగాడు, "అతణ్ణి ఎందుకు పంపించాలి? ఈ యూనిట్‌లోనుంచి బదిలీ చేయబడడానికి అతడు చేసిన నేరం ఏమిటి?" ఆఫీసర్ మళ్ళీ చెబుతున్నాడు. కాని వన్యా పోస్టాఫీసు తలుపు త్రోసిన శబ్దంలో ఆ జవాబు లీనమైపోయింది. స్టాంపు కోసం వెదుకుతూ బల్లపై ఉన్నవాటిని తిరగేస్తుంటే అతని చేతులు వణికాయి. ఆ చిన్న సందర్భాన్నైనా ఆధారం చేసుకొని పొలిటికల్ నాయకుడు మళ్ళీ వరుసగా ప్రశ్నించడం ఆరంభిస్తాడు. మిగిలిన సైనికులు వన్యా పక్షంగా మాట్లాడుతున్నారన్న విషయం కొలొనెల్ మాల్సిన్‌కు గాని, మేజర్ గిడెన్కోకు గాని తెలిసిందంటే కోపంతో మండిపడతారని వన్యాకు తెలుసు.

లెక్చర్ హాలుకు వెళ్ళే రోడ్డు పొడవునా టైర్ల గుర్తులున్నాయి. వంటగదిలోకి పుల్లలు తీసుకుపోయే చిన్న ట్రక్కు ఆ గుర్తులు చేసి ఉంటుంది. తాను నడుస్తుంటే దారిలో ఉన్న దుమ్ము తన బూట్లను కప్పేసింది. ప్రపంచమంతటా క్రైస్తవులన బడేవారు బహు స్వేచ్ఛగా జీవిస్తూ ప్రభువుకు సాక్షులుగా ఉంటారని తలంచాడు వన్యా. దూరంగా కనిపిస్తున్న పచ్చటి పొలాన్ని పరిశీలించాడు. ఇంతకు పూర్వం దీన్ని "పరిశుద్ధ రష్యా" అని పిలిచేవారు. కాని ఇక అలా పిలవడానికి వీల్లేదు.

ఆ సాయంకాలంలో ఎండిన ఆకులు బంగారు ఛాయలో చెట్లనుండి నేలపైకి రాలుతున్నాయి. అతని దినాలెంత నమ్మశక్యం కాకుండా ఉన్నాయో, ప్రభువు అంత నమ్మదగినవాడుగా ఉన్నాడు. ఆయన సహాయం ఎన్నడూ మారనిది. స్తుతి, స్తుతి, అత్యున్నతుడైన దేవునికి స్తుతి. అతి పవిత్రుడు, మిక్కిలి యోగ్యుడు, ఆత్యాశ్చర్యకరుడు, శక్తిమంతుడు, సమాధానాధిపతి అంటూ ఆనందంతో ముఖం పైకెత్తి సాయంకాలపు ఆకాశంవైపు చూశాడు. సూర్యుడు అస్తమిస్తుంటే అగ్ని జ్వాలల్లాంటి ఎర్రని రంగు ఆకాశంలో ప్రకాశిస్తుండగా పెందలకడే ఆకాశంలో కనిపించే నక్షత్రాలు ఆ కాంతిలో మాయమయ్యాయి.

భయంతో అక్కడ రోడ్డు ప్రక్కగా ఉన్న చిన్న తోటలోని ఒక చెట్టుమ్రాను కానుకొని నిలబడ్డాడు వన్యా. ఆకాశం అగ్ని జ్వాలల్ని కురిపిస్తున్నట్టుంది. కాని ఆ జ్వాలలు భూమిని చేరడం లేదు. అచేతనుడుగా ఆకాశంవైపే చూస్తుండగా ఏదో మధురమైన అనుభూతి, వెచ్చదనం తనలోని భయాన్ని కరిగించివేసింది. చూస్తుండగా ఆ జ్వాలలో మధ్య అక్షరాలు కనిపించడం మొదలైనట్టనిపించింది. ఆ దృశ్యం అతణ్ణి ముగ్ధుణ్ణి చేయగా నిర్ఘాంతపోయి ఆ దృశ్యాన్నే చూస్తూ ఉండిపోయాడు. హృదయంలో ఎవరో చదువు అని హెచ్చరించినట్టయింది.

అప్పుడే అక్షరాభ్యాసం మొదలెట్టిన పిల్లవానిలా ఒక్కొక్క అక్షరం మీద దృష్టి సారించాడు వన్యా. నెమ్మదిగా ఆ అభ్యాసం తన మనసులో ప్రవేశించింది. “యాఫ్రిడుస్కోరో” (నేను త్వరగా వచ్చుచున్నాను) అన్న మాటలు కనిపించినట్లైంది. వన్యా హృదయంలో సంతోషం ఉరకలు వేస్తోంది. ఆనందోత్సాహాలతో ఆ మాటలు తిరిగి తిరిగి నృత్యం చేశాయి.

ఆ దృశ్యం చెరిగిపోతుందని గ్రహించిన వన్యాకు నిరుత్సాహంగా అనిపించింది. నల్లని ఆకాశంలోకి ఆ మాటలు అదృశ్యమయ్యాయి. ఒక క్షణం తాను అలాగే నిల్చున్నాడో లేదో దారిన పోతున్న తన తోటి విద్యార్థి అతని చేయి పట్టుకొన్నాడు.

“వన్యా, రా! పగటి కలలు కనడానికి సమయం కాదు. మన క్లాసుకి ఆలస్యమై పోతుంది.”

గ్రుడ్డిగా అతని ప్రక్కనే నడక మొదలెట్టాడు వన్యా. తన హృదయం పగిలిపోతుందేమోనన్న భయం అతణ్ణి మాట్లాడకుండా చేసింది. తన ప్రక్కనున్న స్నేహితుడు మాత్రం ఏదో మాట్లాడుతున్నాడు. ఆ మాటలు వినాలని, తల ఊపాలని, క్లాసులోకి అతి సామాన్యంగా ప్రవేశించాలని, యథాప్రకారం తన స్థలంలో కూర్చోవాలని అతి ప్రయత్నం చేశాడు వన్యా. మాస్టారు అతి త్వరగా పాఠం చెబుతుండగా అందరితోపాటు నోట్సు

రాసుకున్నాడు. పాఠం ముగిసిన తరువాత అందరిలాగానే పుస్తకాలు మూసి తరువాతి తరగతికి, సాయంకాలపు డ్రిల్లుకి, మళ్ళీ గదులలోకి, పడకమీదికి వెళ్ళాడు. వేడిగా ఉన్న ఆ మధ్యరాత్రిలో యుద్ధనాదం చేయబడినప్పటికీ తన నిద్రను ఆటంకపరచిన ఆనందాబ్ధిలో ఇంకా మేల్కొనే ఉన్నాడు. డ్రిల్లు సమయంలోనూ, దాని వెనుకనే వచ్చిన రెండవ డ్రిల్లులోనూ, రాత్రి మిగిలిన గంటల్లోనూ మేల్కొని ప్రార్థన చేస్తున్నాడు.

* * * * *

దేవుణ్ణి ఇంకా స్తుతిస్తూ పడకమీద నుండి వన్యాను లేపిన ఆ ఉదయం కొలొనెల్ మాల్సిన్‌ను మాత్రం కోపోద్రిక్తుణ్ణి చేసింది. పడకలో కూర్చుని ఇవాళ్ళెందుకిలా అసౌకర్యంగా ఉందో అని ఆలోచిస్తూ అలసటగా దగ్గాడు. వంటగదిలో భార్య వంటచేస్తూ చిన్న పిల్లవాడితో మెల్లగా మాట్లాడు తుండడం వినిపించింది. చేపల వంట వాసన గాలిలో తేలివస్తుంది. టీ తయారుచేసే పాత్రలో నీళ్ళు పోయడం వినబడింది. ఓహో! ఈవేళ 61968 T నంబరు గల యూనిట్ దూరప్రాంతంలో కోత కోయడానికి పంపబడుతోంది. అది వన్యా ఉండే యూనిట్. ఏదైనా ఒక విషయం అసంపూర్ణంగా వదిలిపెట్టబడడం మాల్సిన్‌కు ఏమాత్రం ఇష్టం ఉండదు. ఇప్పుడు వన్యా విషయంలో సమస్యేమిటంటే తన యూనిట్‌లో అనేకమంది సన్నిహితుల్ని సంపాదించుకోగలిగాడు. అది అర్థం చేసుకోవడం కష్టం కాదు. అతడు కష్టించి పనిచేస్తూ అందరికీ సహాయపడుతూ అతి సన్నిహితుడుగా ఉంటాడు. తన బోధలు వ్యాపింపజేయడానికి అదొక మంచి పద్ధతి, అంతే. గిడెన్కో చెప్పింది కూడా రైటే. వన్యా నిజంగా ఏ తప్పూ చేయలేదు. తాను పొందగలిగినంతగా ఇతరుల దృష్టిని చేపట్టడంలో కూడా అతడు తెలివైనవాడే.

మాల్సిన్ గ్లాసులోని టీని కలుపుకొన్నాడు. అతని భార్య గెలీనా సాలోచనగా అతణ్ణి చూసింది.

“వన్యాను తన యూనిట్‌తోబాటు కోతకు పంపడం మంచి విషయం కాదనుకొంటా. ఎవరూ తెలియని వేరే యూనిట్‌కు అతణ్ణి మార్పించి ఉండాల్సింది. ఆ విషయంలో రహస్యంగానూ, అతి త్వరితంగానూ పని జరిగించి ఉండాల్సింది.” అన్నాడు ఆమెతో.

“ఈ విషయాలూ, ఆ అబ్బాయిని గూర్చి మీరు చెప్పే కథలన్నీ నాకు భయాన్ని కలిగిస్తున్నాయి. ఆ విషయాలను సైన్సుకు సంబంధించి వివరించవచ్చని చెబుతున్నారు ... కాని ...” ప్రకాశమైన ఆకాశంవైపు తన దృష్టి మరలగా ఆమె స్వరం తగ్గిపోయింది.

గబుక్కున టీ త్రాగబోయిన మాల్సిన్ నాలుక కాల్చుకున్నాడు. “ఏమిటి చెబుతున్నావు లీనా? నీవు సోవియట్ టీచరువైయుండి విజ్ఞానశాస్త్రం ప్రతిదాన్నీ వివరించగలదనే విషయాన్ని అనుమానిస్తున్నావా? అది చాలా విచిత్రంగా ఉంది. మార్క్సిస్టు, లెనినిజం యొక్క ఆంతర్యంలో నీవు యువకులైన విద్యార్థుల్ని తర్ఫీదు చేయడం నీ కర్తవ్యం అనుకొంటున్నాను.”

ఉన్నట్టుండి టేబుల్ మీదుగా అతని దగ్గరకు వంగింది. తెల్లబడుతున్న తన వెంట్రుకలకు అతి నాగరికంగా రంగు పూసింది. విశాలమైన ఆమె నీలి నేత్రాలు ఒక్క క్షణంలో చిలిపిగా మారిపోయాయి. “వలోడియా, వట్టి వట్టి మాటలు ఆపండి. ఈ సైంటిఫిక్ మెటీరియలిజం అనేది కొన్నిసార్లు మీకు విసుగు పుట్టించదా? తప్పక మీకు విసుగనిపించి ఉండాలి.”

గదిలో బట్టలు మార్చుకొంటున్న కుమారునివైపు ఓరగా చూశాడు మాల్సిన్. అతని భార్య ఇంకా ఇలా అంది, “మన దేశంలో అతి శ్రేష్టులై బహుగా కష్టించి పనిచేసేది అతి నమ్మకస్తులుగా ఉండే కొందరు వన్యాలాంటి క్రైస్తవులేనన్న విషయం మీకు ఆశ్చర్యాన్ని కలిగించిందా?”

“నేనాశ్చర్యపడేదేమిటంటే నీలా చదువుకొని, హోదా కలిగిన ఒక స్త్రీ ఈ విధంగా మాట్లాడగలదా?” అన్నాడు మాల్సిన్. తన భార్య చేసిన ఊపిరి సలపని నిట్టూర్పు శబ్దానికి అకస్మాత్తుగా కోపం వచ్చింది అతనికి.

చురుకుగా మాట్లాడుతున్నాడు,"తమకు అనూహ్యామైన విషయాలకు మానవులు'దేవుడు'అనే నామకరణం చేశారు గాని అసలు దేవుడు అనేది మిథ్య. ఇంకా చెప్పాలంటే అన్యాయాన్ని స్థిరపరచడానికి, కౄరత్వాన్ని, వేషధారణను బలపరచడానికి శతాబ్దాలుగా దేశభాషలో వాడబడిన ఒక పదం మాత్రమే దేవుడు. ఈ విషయాలు నీకు బాగా తెలుసు."

కాలిన అతని నాలుక దినమంతా బాధిస్తుంది. తన కాగితాన్ని చిన్న పెట్టెలో పెట్టుకొని టేబుల్‌మీద భార్య పెట్టిన చేపల పళ్ళాన్ని వదిలేసి "కమ్యూనిజం పూర్తిగా జయించాలంటే మతం అనే కొరుకుడు పుండును పూర్తిగా లేకుండా చేయాలి. ఇంకా జయించబడని మత సంబంధమైన దురభిమానాలకు కొంతమంది బానిసలై ఉండగా ప్రజలు ఇరవై ఒకటవ శతాబ్దంలో ఎలా ముందడుగు వేస్తారు? అప్పుడు ఈ నూతన సోవియట్ మానవుడు అనేవాడు ఎక్కడుంటాడు?"

మాట్లాడే ముందు సందిగ్ధంలో పడింది గెలీనా. "కాని మాల్సిన్, మతానికి వ్యతిరేకంగా పోరాడాలంటే తప్పనిసరి చిత్ర హింసా పద్ధతులు ఇంకా మతాసక్తిని పెంచుతాయి. కాబట్టి కేవలం మానసికమైన ఆయుధాలు మాత్రమే ఉపయోగించాలని మనకు చెప్తారు గదా. మళ్ళీ ఏవో కఠిన చిత్రహింసలు వన్యా విషయంలో మీరు సంకల్పించడం లేదుకదా?" గతంలో అతణ్ణి ఎలా బాధించారో ఆ జ్ఞాపకాలు ఆమె ముఖాన్ని కలవరపరచాయి.

మాల్సిన్ స్వరంలో అసహనం గోచరించింది. "నా మిలటరీ విషయాల్లోనూ, రాజకీయపరమైన విషయాల్లో ఒక స్కూలు టీచరుకు జవాబివ్వాలంటే నీ బల్ల దగ్గరుండే పదేళ్ళ పిల్లల వరుసలో నేనూ నిలబడాలన్నమాట" అంటూ దురుసుగా బయటకి వెళ్ళిపోయాడు.

* * * * *

యుక్రేనియన్ ఆకాశం క్రింద గుడారాల్లో నివసిస్తూ కోత పని చేసిన ఆ కొద్దివారాలు వన్యాకు బహు త్వరితంగా గడిచిపోయి నట్టున్నాయి. మిగిలినవారు, అంటే పట్టణాల నుండి వచ్చిన సైనికులు కష్టమైన కోత పనితోను, శూన్యంగా, చల్లగా ఉండే ఆ పల్లె వాతావరణం తోను విసుగు చెందారు. అక్కడ వ్యవసాయ క్షేత్రాల్లో పనిచేసే కూలీల భాష, మురికిచేతలు వారికి శ్రద్ధపుట్టించేవి కావు. సాయంత్రాల్లో గుడారాల్లో చదువుకొంటూనో, చదరంగం ఆడుకొంటూనో త్వరలో కోత ముగిసిపోతుందని కాంక్షిస్తూ ఆవులింతలతో కాలం గడిపేవారు.

వన్యాకైతే ఇంటి దగ్గరున్నంత సౌకర్యంగా ఉండేది. తన తల్లిదండ్రులు పనిచేసే సాంద్ర వ్యవసాయ క్షేత్రం అంత పెద్దది కాదు. కోత కూడా వేరే. కాని మధ్యాహ్నపు వేళ వీపుపై తగిలే ఆ వెచ్చని ఎండ, మట్టి వాసన, అప్పుడప్పుడు గాలి మీదుగా వినిపించే పొలం కేకలు, జవాబులు, ఇవన్నీ తానెక్కడున్నాడో అనే విషయాన్ని మరిపించేవి. ఒక్కోసారి తన తల్లిగాని, సోదరుడు గాని తనకి సమీపంగా పనిచేస్తున్నట్టు అనుకొని వాళ్ళని చూడాలన్నట్టు పైకి లేచేవాడు.

ఆ సమయం కాస్త విశ్రాంతి దాయకంగా, ఆత్మీయంగా, కాస్త నూతన పరచ బడేందుకు ఉపయోగకరంగా ఉంది. కాని చాల త్వరగా ముగిసి పోయిందనుకొన్నాడు వన్యా. తన లారీ జిల్ 164 చెడిపోతే దాన్ని లాగుతున్న ట్రక్కువైపు చూస్తూ కూర్చున్నాడు వన్యా. ఆ సాయం సమయంలో కెర్చికి పోయే ఆ కొండల దారి, తిరిగి వెళ్తున్న సైనికులతోను, మట్టితో నిండిన సైనికుల ట్రక్కుల సముదాయంతోను నిండి ఉంది.

అకస్మాత్తుగా వన్యా ప్రశాంతతను భగ్నంచేస్తూ ట్రక్కు క్రింది భాగంలో పెద్ద శబ్దం అయింది. తన లారీని లాగుతున్న ముందు ట్రక్కు డ్రైవరును హారన్ కొట్టి పిలిచాడు. కొండ శిఖరానికి చేరుతూ ఉన్నారు. ఆ డ్రైవరు ఆ రెండు ట్రక్కులను రోడ్డు ప్రక్కగా ఆపి అలెగ్జికుప్రిన్ అనేవాడితోపాటు క్రిందికి దూకాడు.

"పోయింది యూనివర్సల్ జాయింటా?" ఊహించాడు అలెగ్జి.

ఆ పల్లెటూరి చల్లదనంలోకి దూకుతూ ఔనన్నట్టు తలూపాడు వన్యా.

"టార్చిలైటు, రిపేర్ చేసే పనిముట్లు ఉన్న పెట్టె ఇలా ఇవ్వండి. దాన్ని నేను తీసేస్తాను. ఎమర్జెన్సీ బ్రేకు వేసి ఉంచండి సుమా" అన్నాడు.

ఎక్కడో దూరంగా ఓ కుక్క విషాదకరంగా అరిసింది. ఓ గుడ్లగూబ కూసింది. ఆ రాత్రి సమయంలో ఆకాశంలో నక్షత్రాలు లేవు. డ్రైవరు చేతి గడియారంవైపు చూసుకున్నాడు. "రాత్రి పది గంటలయ్యింది. ఛీ! మనకిక నిద్ర లేదు" అని మూలిగాడు.

చేతిలో ఉన్న దీపపు కాంతిలో అది యూనివర్సల్ జాయింటే అని గ్రహించాడు వన్యా. ఆ ఇరుకైన స్థలంలోకి అతి ప్రయత్నంమీద తన శరీరాన్ని మెల్లగా దూర్చగలిగాడు. పెట్టెలో రెంచి కోసం గాలించాడు. చివరికెలాగో ఆ జాయింట్ తప్పించగలిగాడు. ట్రక్కు చలించడం గమనించిన వెంటనే అలెగ్జి బ్రేకు వేయలేదని గ్రహించాడు. గుండ్రంగా దొర్లి కదిలిపోతున్న ట్రక్కు క్రిందనుండి బయటికి రావాలని ప్రయత్నించాడు వన్యా. "రివర్స్ గేర్" అని మాత్రం భయంకరంగా అరిచాడు వన్యా.

ఆ తరువాత కొద్ది నిమిషాల్లో తాను పడిన యాతన అంతా గ్రహించ డానికి తాను స్పృహలోనే ఉన్నాడు. ట్రక్కును వెనక్కి మళ్ళించాలని తిరిగి తిరిగి అలెగ్జి చేస్తున్న ప్రయత్నాల్లో ట్రక్కు ఇంజను చేస్తున్న ధ్వని, ట్రక్కు క్రిందనున్న ఆ చిక్కని చీకటిలో టైరు వాసన, ఇంధనం వాసన అతనికి ఊపిరాడనివ్వడం లేదు. రోడ్డుమీదికి దొర్లిపోయిన టార్చిలైటును కనుకొలకు ల్లోంచి చూడగలిగాడు. దాని చిన్న వెలుగులో ఎగురుతున్న కీటకాలను చూశాడు. అమితమైన బాధ తన ఛాతిని పిండేస్తూ ఊపిరి సలపకుండా చేస్తుంది. అలెగ్జి ట్రక్కును వెనక్కు మళ్ళించ లేకపోయాడని తెలిసింది. ఇంక త్వరలో పరలోకంలో దేవదూతలతో కూడా ఉంటాడు, "యేసు.... యేసు..."

చిన్నగా గంతేసి ఇంజన్ గర్జించింది. ఆరు జతల చక్రాలు వెనక్కు దొర్లిపోయాయి. వన్యా ట్రక్కు క్రిందనుండి ఎలాగో బయటకు దొర్లి నలిగిపోయిన ఛాతి, చేతులతో రోడ్డుమీద కుప్పకూలిపోయాడు.

కండ్లు తెరిచేసరికి తనను కాల్చుతున్నట్టు బాధ శరీరంలోకి ప్రవహిస్తుంది. తన పడక చుట్టూ చిన్న డాక్టర్ల గుంపు, వారి వెనుక తెల్లని గోడ, ఓ చిన్న కిటికీ, దానికి వ్రేలాడుతున్న తెల్లని తెర లీలగా కనిపించాయి. మాట్లాడాలని ప్రయత్నించాడు గాని జ్వరం వల్ల నోరు ఎండిపోయింది.

అతని కళ్ళలోని ప్రశ్నను చదువుతూ శ్రద్ధగా ఒక డాక్టరు అతని మీదకు వంగింది. ఆమె స్వరంలో జాలి ఉంది. "నిన్ను సింఫర్‌పూల్ సైనిక ఆసుపత్రికి తరలించారు వన్యా" అంది ఆమె. అతని చేతి క్రిందనుండి జ్వరమానిని బయటకు తీస్తున్నప్పుడు కూడా జాలి ఆమె ముఖంలో ఉంది.

ఒక నర్సు అతని ముఖాన్ని చల్లని నీళ్ళతో కడగడం ప్రారంభించింది. ఆ తడిగుడ్డ అతని పెదవులకు తగిలినపుడు ఆ తడిని కాస్త పీల్చుకోవాలను కొన్నాడు. చిరునవ్వుతో త్రాగడానికి నీళ్ళ గ్లాసు పెదవుల కందించింది. అతి చిన్న కదలిక కూడ భయంకరమైన నొప్పికి దారితీస్తుంది. కొంచెం ఊపిరి పీల్చుకోవడానికి కూడా ఎంతో ప్రయత్నం చేయాల్సి వస్తుంది. మంచం ప్రక్కనే ఉన్న చిన్న బల్లపై నర్సు గ్లాసును పెడుతుంటే ఆమె చేతివైపే చూశాడు. అతని కుడిచేయి కట్లతో దుప్పటిపైన పడి ఉంది. అత్యాశ్చర్యంలో దానివైపే చూశాడు. మణికట్టునుండి క్రిందకు చేతికి కట్టులేదు. తన ముంజేయి నల్లగా పేరుకుపోయి ఉండడం చూశాడు. తన శరీరంతో దానికి సంబంధం లేనట్టుగా ఉంది. విపరీతంగా వాచిన వ్రేళ్ళను కొంచెం కూడా అతడు చలింపజేయలేకపోయాడు. బాధతోనే ఎడమ చేతిని పైకెత్తి, కుడి మణికట్టును, చేతి వెనుక భాగాన్ని స్పృశించాడు. మంచులా చల్లగా తగిలింది. మిగిలిన తన శరీరమంతా అగ్నిలా మండిపోతుంది.

నర్సు సగంమట్టుకు తన శరీరాన్ని పైకి లేపాక మరి కాసిన్ని నీళ్ళు త్రాగాడు. పెద్ద వార్డులో తానున్నాడని గ్రహించాడు. కొంతమంది రోగుల మంచాలకు ద్రవంతో ఉన్న సీసాలు, పెద్ద పెద్ద యంత్రాలు తగిలించబడి బహు వ్యాధిగ్రస్తులుగా ఉన్నారు. కొందరు నిద్రపోతున్నారు. కొందరు మంచంమీద నుండి కుర్చీ మీదికి, కుర్చీ నుండి మంచం మీదికి మారుతూ మెల్లమెల్లగా కదలాడుతున్నారు. కొందరు జాగ్రత్తగా కూర్చొని ఏదో చదువుకొంటున్నారు. మరికొందరు శ్రద్ధగా వన్యాను గమనిస్తున్నారు.

బేసిన్, గుడ్డ తీసికొని నర్సు వెళ్ళిపోయింది. వన్యా కళ్ళు మూసికొని ప్రార్థించడం మొదలుపెట్టాడు.

సాయంకాల భోజన సమయంలో ఒక డాక్టరు వచ్చి మరుసటి దినం ఆపరేషన్ చేయడానికి నిర్ణయమైందని వన్యాకు చెప్పి వెళ్ళాడు. ఆ ఆపరేషన్ జరిగించడానికిగాను ఒక నిపుణుడైన డాక్టరు కోసం కబురుపంపారు. మంచులా చల్లబడిపోయిన ఆ కుడిచేతిని తీసివేయాల్సి ఉంటుంది. నలిగిపోయిన అతని ఊపిరితిత్తిలోని ఒక భాగం కూడా తీసివేస్తారు. వరండాలోకి అలసటగా ప్రయాణిస్తున్న డాక్టరు అక్కడక్కడా కొన్ని మంచాల ప్రక్క ఆగుతూ వెళ్ళడం గమనించాడు వన్యా. అలసటతో అతని భుజాలు వంగి ఉన్నాయి. ఒక్కొక్క రోగి దగ్గరా ఆగుతూ, వారిని పరీక్షిస్తున్నాడు. ఆయన వెళ్ళిపోయాక రోగులు నిస్పృహ, బాధ, ఒంటరితనం అనే తమ తమ వ్యక్తిగత పోరాటాల్లోకి జారుకొంటున్నారు. ఆ డాక్టరుగారి మాటలకు వన్యా మనసు ఏ మాత్రం అంగీకరించలేదు. గాయపడిన తన ఊపిరితిత్తికి వ్యతిరేకంగా తన గుండె భయంకరంగా స్పందిస్తుంది. కుడిచేయి లేని తన శరీరాన్ని గూర్చి తలంచుకొని హతాశుడైపోయాడు. “ఓ దేవా! నా మొర్రకు చెవియొగ్గుము. సహాయము కొరకైన నా మొర్ర నీ యొద్దకు చేరనిమ్ము. నా ఆపద దినమున నాకు త్వరగా ఉత్తరమిమ్ము!”

ఎలాగైనా మంచం మీదనుండి లేవాలి. ఈ అసాధారణ చింతలో మునిగిపోయిన వన్యా ప్రార్థనాశక్తి, నిరీక్షణను కోల్పోతున్నాడు. అమితమైన

వేదనతో మంచం చివరకు జరిగి, కాళ్ళు క్రిందికి జారవేసి లేని బలం తెచ్చుకొని తన శరీరాన్ని కాళ్ళమీద నిలుపుకోవడానికి ప్రయాసపడుతుండగా బాధ వల్ల క్షణకాలం ఆ గది అంతా చీకటైపోయినట్లయింది. స్పృహ కోల్పోతూ నిరాశలో కూడా సాహసం చేసి మళ్ళీ శ్వాస తెచ్చుకున్నాడు.

ఆశ్చర్యంతో, మిళితమైన భయంతో అందరి కళ్ళు అతని మీదనే నిలిచాయి.

"నేను ఎలుగెత్తి యెహోవాకు మొఱ్ఱపెట్టితిని. యెహోవా యొద్ద నా విజ్ఞాపన చేసికొంటిని. నా ఆపదను ఆయన యెదుట క్రుమ్మరించితిని. ఆయన యెదుట నా శ్రమను వివరించితిని. నా ఆత్మ నాలో కృంగి యుండగా నీవు నా మార్గమును ఎరిగి యున్నావు. యెహోవా, నీకే నేను మొఱ్ఱపెట్టితిని. నీవే నా ఆశ్రయము. సజీవుల భూమిలో నా ఆశ్రయము నీవే అంటిని. నేను కృంగియున్నాను. కావున నా మొర నాలకించుము" అంటూ నిలుచుండి ప్రార్థిస్తున్నాడు.

అటుగా వెళ్తున్న ఒక నర్సు గుమ్మం ముందు ఆగి మెల్లగా గదిలోకి వచ్చింది.

"నేను నీకు కృతజ్ఞతా స్తుతులు చెల్లించునట్లు చెరలో నుండి నా ప్రాణమును విమోచింపుము. నీవు నా యెడల కటాక్షము చూపు దేవుడవై యున్నావు." అని చెబుతుండగా, ఎడమ మోచేతి క్రింద తన చేతినుంచి మంచంమీద అతణ్ణి మళ్ళీ పడుకోబెట్టింది నర్సు. అత్యానందంతో అతని శరీరం వణకుతున్నట్లుంది. చిరునవ్వు నవ్వాడు వన్యా. "నీవు నా యెడల తప్పక కటాక్షము చూపుదువు" అన్నాడు మళ్ళీ.

నర్సు చన్నీట తడిపిన టవలుతో అతని ముఖాన్ని తుడుస్తుంటే నల్లని మేఘాలు అతణ్ణి మైకంలోకి తీసుకుపోయాయి.

* * * * *

అతడు లేచేసరికి ఉదయం ఆరు గంటలయింది. కొద్ది నిమిషాలపాటు ఒక మధురమైన కలను ధ్యానిస్తూ కదలకుండా పండుకొన్నాడు. ఇంతవరకూ గాయపడిన ఎడమవైపుకు ముడుచుకొని పండుకొన్నవాడు ఇప్పుడు వీపుమీద వెల్లకిల్లా పండుకొనియున్నట్టు గ్రహించాడు. అతని శ్వాస మెల్లగా ఆడుతోంది. అతి ప్రయాసతో దీర్ఘంగా ఊపిరి పీల్చాడు. అతని రెండు చేతులు తలపైన పెట్టుకొని ఉన్నాడు. ఆ వార్డులో అంతా ఇంకా నిద్రలోనే ఉన్నారు. ఈ కలభావం తనలో కలిగించిన ఊరటను బట్టి నిశ్శబ్దంగా దేవుణ్ణి స్తుతించడం మొదలుపెట్టాడు. పొలంలో పని చేసినందు వలన ఎర్రబడిన చర్మంతోను, గులాబి రంగులో ఉన్న గోళ్ళతోనూ తన చెయ్యి పూర్తిగా బాగుపడి ఉంది. రెండు చేతులతో ఇప్పుడు పడకమీద నుండి పైకి లేచాడు. తన కల ఎంత నిజమైన ఫలితాన్నిచ్చిందో అని నవ్వుకుంటూ తలగడను, పడకను సరిచేస్తున్నాడు. ఒక చేతి తరువాత మరొకటి చిలిపిగా తన తలపైకి ఊపాడు. నడుంమీద చేతులుంచి క్రిందికి బాగా వంగి పైకి లేచాడు.

అత్యానందంలో పడక ప్రక్కన ప్రార్థనకు మోకరించాడు. మెల్లగా స్తుతులు చెల్లించాడు. "యెహోవాను స్తుతించెదను, ఆయన గ్రుడ్డివారి కన్నులు తెరచువాడు; కృంగినవారిని ఆయన లేవనెత్తును. యెహోవా నీతిమంతులను ప్రేమించును. యెహోవాను స్తుతించుడి."

ఉన్నట్టుండి తన ప్రక్క మంచంమీద ఉన్న వ్యక్తి మూలగడం ప్రారంభించాడు. ఆ వార్డులో మరొక ప్రక్కనున్న ఒక వ్యక్తి గ్లాసులోని నీళ్ళు అందుకోవడానికి ప్రయాసపడుతున్నాడు. కిటికీ గుండా కనిపిస్తున్న నల్లని ఆకాశంలో సూర్యకాంతి కిరణాలు కానవస్తున్నాయి.

* * * * *

పగలు పనిచేసే నర్సు మామూలుగా వన్యా ప్రక్కన డ్రాయరులో ఉన్న జ్వరమానిని తీసుకొంది. నెమ్మదిగా కళ్ళు తెరిచి మత్తుగా ఆమెవైపు చూశాడు. భయంతో వన్యావైపు చూస్తూ, జ్వరమానిని గాలిలో అలాగే ఉంచింది. క్షణంలో అక్కణ్ణుంచి వెళ్ళిపోయింది.

త్వరగా నడుస్తున్న కాలి చప్పుళ్ళు రెండోసారి అతణ్ణి మేల్కొల్పాయి. నర్సు ప్రక్కనే డాక్టరు నిలబడి ఉన్నాడు. ఇంకొంతమంది డాక్టర్లు కూడా త్వరత్వరగా నడిచి వస్తున్నారు. అందరి ముఖాల్లోనూ ఆశ్చర్యం ద్యోతకమౌతుంది.

ఆకస్మికంగా లేచి కూర్చున్నాడు వన్యా. ఏమి జరుగుతుందో! ఆ వెనువెంటనే ఏదో మహిమ అతణ్ణి ఆవరించినట్టుంది. తాను కూర్చున్నాడు. తన ముందున్న చేతులవైపు తేరి చూశాడు. మంచం దిగువ భాగంలో తన చేతికి కట్టబడిన కట్టు తాలూకు కర్ర దుప్పటిపైన పడి ఉంది. అత్యాశ్చర్యంతో గట్టిగా గాలి పీల్చడం మొదలెట్టాడు. రెండు చేతులు కలిపి నలిపి మళ్ళీ ఆశ్చర్యంతో వాటి వంక పరిశీలనగా చూశాడు.

డాక్టరుగారు భయకంపితులయ్యారు. మాటల కోసం తడుముకొన్నాడు. నర్సు నెమ్మదిగా మంచానికి దూరంగా జరిగింది.

చివరికి వణికే స్వరంతో డాక్టర్ ఇలా అన్నాడు, "కామ్రేడ్ వన్యా, నీ ఉష్ణోగ్రత చూడవచ్చా?" వన్యాకు ఆనందంతో చెమటలు పోశాయి. "కామ్రేడ్ డాక్టర్, ఇక నా టెంపరేచర్ చూడాల్సిన అవసరం లేదనుకోండి" అన్నాడు.

కళ్ళప్పగించి చూస్తున్నాడు డాక్టర్. చివరగా మందును ఆ ప్రక్కనున్న టేబుల్‌మీద పెట్టాడు వన్యా. కుడిచేతిని తన చేతిలోకి తీసికొని మెల్లమెల్లగా వత్తుతున్నాడు. అతని వ్రేళ్ళు, హాస్పటల్‌లో వన్యాకు తొడిగిన అంగీ చేతిని మెల్లగా పైకి లేపి అతని చేతివైపు చూస్తూ, మళ్ళీ మళ్ళీ వన్యా ముఖంలో

కానవచ్చే ప్రకాశాన్ని చూస్తున్నాడు డాక్టర్.

నర్సు ముఖంలో నెత్తురు చుక్క లేకపోవడం, ఆమెతోపాటు ఆశ్చర్యచకితులైన మరికొందరు ఉద్యోగస్తులు చేరి ఉండడం గమనించాడు వన్యా. “మీరు నన్ను బాగుచేయలేరని గ్రహించి నేను నా పరలోకపు డాక్టర్ని సమీపిస్తే ఆయన నన్ను గతరాత్రి బాగుచేశాడు.”

దుప్పటి తొలగించి చిరునవ్వుతో లేచి నేలమీద నిలబడ్డాడు.

“చూడండి, గతరాత్రి నేనెంతో జబ్బుగా ఉన్నాను. నాకు చాల జ్వరముంది.” అవునని తలూపుతున్న నర్సు కొంచెంగా వణకడం ప్రారంభించింది. వన్యా “ఇప్పుడు నా దేవుడేం చేయగలడో నేను మీకు చూపిస్తాను” అంటూ జ్వరమానిని తీసి డాక్టరు చేతికిచ్చాడు. డాక్టరు దాన్ని విదిలించి వన్యా నాలుక క్రింద పెట్టాడు. ఆ వార్డులో ఉన్న మరికొంత మంది రోగులు వన్యా పడకవద్ద పోగయ్యారు. మిగిలినవాళ్ళు మంచం మీదనుండి ఒకరితో ఒకరు మాట్లాడుకొంటూ, జరుగుతున్న విషయాన్ని గ్రహించడానికి ప్రయత్నిస్తున్నారు.

డాక్టరు జ్వరమానిని తీశాడు. “వన్యా! ఉష్ణోగ్రత సామాన్యంగా ఉంది. కనిపిస్తూనే ఉందిగా. ఏమైనా సరే, మళ్ళీ పడకమీదనే ఉండు” అన్నాడు డాక్టర్.

ఆ విషయంలో ఏకీభవించడం వన్యాకు కష్టమయ్యింది. ఎగిరి గంతులేసి దేవుని స్తుతులతో వార్డును నింపేయాలని ఉంది అతనికి. ఉద్యోగస్తులు వెళ్ళిపోయాక మోచేతిమీద లేచి చకితులైన వార్డులోని రోగులందరికి గత రాత్రి నిద్రపోతుండగా దేవుడేం చేశాడో చెప్పాడు.

☆ ☆ ☆

అధ్యాయం 10

"తల్లి పాలతో పెట్టినదే చివరికి ఆత్మతో కూడా వెళ్తుంది"

లెఫ్టినెంట్ కొలొనెల్ మాల్సిన్ తన రిపోర్టు పుస్తకాన్ని టేబుల్ పైకి విసిరాడు. ఇంతకు ముందెన్నడూ ఇంత కోపం పుట్టించే టెలిఫోన్ వార్త వినలేదు. సింఫర్‌పూల్ మిలటరీ హాస్పిటల్‌లోని డాక్టరు వట్టి బుద్ధిహీనుడు. నిన్ననే వన్యాకు పెద్ద ఆపరేషన్ జరగాల్సి ఉంటుందని రిపోర్టు ఇచ్చాడు. బాగానే ఉంది. చేతిని బాగుచేయలేకపోతే తీసిపారేస్తారు. చాలారోజుల వరకు వన్యా తన యూనిట్ నుండి దూరంగా ఉంటాడు. అది బాగానే అర్థమైంది. అతని పరిస్థితి చావు బ్రతుకుల మధ్య ఉంది. ఆపరేషన్ సంగతి పరిష్కారమైంది. వన్యా తిరిగి కెర్చికి రాకపోతే తన ప్రాణం నెమ్మదిగా ఉంటుందని మాల్సిన్‌కు తెలుసు. తాను ఏ శిక్షా విధించాల్సిన అవసరం లేకుండానే విధి తన పక్షంలో బాగానే పని చేసిందనుకొన్నాడు. వన్యా వికలాంగుడై బహుశా సైన్యంలోనుంచి తొలగించబడతాడనుకొన్నాడు. ఇకమీదట అతడేమాత్రం కెర్చికొక సమస్యగా ఉండడనుకొన్నాడు.

మరి ఇప్పుడు డాక్టరుగారు విపరీతమైన కట్టుకథను టెలిఫోన్‌లో చెప్పాడు. ఆపరేషన్ అవసరం లేదు. చాలామంది డాక్టర్లు వన్యాను పరీక్షించారు. అతడు అద్భుతంగా స్వస్థపడ్డాడు. విజ్ఞాన శాస్త్రాన్ని బాగా అభ్యసించిన ఒక వ్యక్తి అద్భుతాల గురించి మాట్లాడడమా? నిన్న విషమ పరిస్థితిలో ఉన్న రోగికి అప్పుడే హాస్పటల్ నుండి సెలవియ్యడం, బస్సులో తన యూనిట్‌కి రావడానికి ప్రయాణం చేయడం తనకు అయోమయంగా ఉంది. ఈ విషయం పైకి రిపోర్టు చేయబడేలా చూస్తాడు మాల్సిన్. ఆ డాక్టరు చేతకానివాడనీ, అస్థిరుడనీ తెలుస్తూనే ఉంది. తప్పకుండా అతణ్ని ఒక మనస్తత్వవేత్త దగ్గరికి పరీక్ష నిమిత్తం పంపాలి.

టెలిఫోన్‌లో మాట్లాడుతున్నంతసేపూ ఆ డాక్టర్ స్వరం వణుకుతూనే ఉంది. అది నిజమేనన్నట్టున్న అతని మాటల్ని లెక్కచేయకుండా ఉండేందుకు ప్రయత్నించాడు మాల్సిన్. “కొలొనెల్! నా జీవితంలో మొదటిసారిగా నిజంగా దేవుడున్నాడని నాకు తెలిసింది. ఆయన వన్యాను బాగుచేశాడు. అతడు పరిపూర్ణంగా బాగున్నాడిపుడు. కొన్ని నెలలపాటు ప్రయాసపడినా కూడా నేనావిధంగా అతణ్ణి స్వస్థపరచగలిగేవాణ్ణి కానే కాదు.”

అసమర్థతను ఏవో లేనిపోని మాటలతో దాచ ప్రయత్నించడం బహు నీచమైన పని. ఒకవేళ వ్యాధి నిర్ణయం చేసే విషయంలో గొప్ప పొరపాటు జరిగిందంటే దాన్ని అంగీకరించి పరిస్థితుల్ని ఎదుర్కొనాలి.

వన్యాను గూర్చి హాస్పటల్ నుండి పంపబడిన రిపోర్టును మాల్సిన్ కసిగా వ్రాశాడు. దేవుని గురించీ, అద్భుతాల గురించీ ఆ సైనిక డాక్టరు పలికిన ప్రతి మాటా మాస్కోకు వెళ్తుంది. అప్పుడు ఆ డాక్టర్‌కు కూడా శిక్ష పడుతుంది. టేబుల్‌పైనున్న గంట మ్రోగించి ఆ రిపోర్టును టైపు చేయాల్సిందిగా క్లర్కుకు ఆదేశించాడు.

మద్యం గ్లాసులో పోసుకుంటూ మాల్సిన్ దీర్ఘంగా నిట్టూర్చాడు. వన్యా తిరిగి వచ్చేసరికి పొలిట్‌రుక్ వారిని అతని కోసం సిద్ధం చేయాలను కున్నాడు.

కెర్చికి తిరిగి వస్తున్న ప్రయాణంలో నవంబరు మాసపు వాతావరణంలో ప్రక్క పల్లెల దృశ్యాలు కదిలిపోతుంటే కూర్చుండి ప్రార్థిస్తూ, దేవుణ్ణి స్తుతిస్తూ ఉన్నాడు వన్యా. మంచుపడే దినాలు ప్రారంభమయ్యేలా ఉంది. ప్రక్క పొలాల్లో దిగువగా పనిచేస్తున్న వ్యవసాయదారులు స్నేహపూర్వకంగా బస్సులోని ప్రయాణికులకు సెల్యూట్ చేస్తున్నారు. వెచ్చదనం కోసం వేసుకున్న బట్టల్లో బొద్దుగా కనిపించే చిన్న పిల్లలు గడ్డకట్టిన నీటి మడుగు దగ్గర నిలబడి తమ తల్లులు

చెవిలో చెబుతున్న బస్సులోని వైచిత్రాన్ని గురించి ఆలోచిస్తున్నారు. ప్రజలు విశాలమైన ఆ నీలాకాశం చూడ గలిగినంత వరకూ కనిపించే ఆ పొలాలు, చివరి క్యాబేజీలను ట్రక్కులోనికి ఎగుమతి చేస్తున్న కూలీలు... ఇవన్నీ తనకు చాలా ఇష్టం. కొంచెంసేపు సర్వం మరచి ఆ పెద్ద సోవియట్ జీవిత ప్రవాహంలో తాను కూడా ఒక భాగమనే గర్వంతో కిటికీలోనుంచి చూస్తూ కూర్చున్నాడు.

"ఇది చాలాసార్లు జరుగుతుంది. దేవుని శక్తి నా విషయంలో బలంగా బయలుపరచబడిన వెంటనే సాతాను విపరీతంగా నామీదికి లేచి చేయగలిగినంత కీడు చేయడానికి ప్రయత్నిస్తున్నాడు" అని ఒకసారి ఇంటికి వ్రాశాడు. కెర్చికి దూరంగా ఉన్న ఈ కొద్ది సమయంలోనూ తన స్థావరం దగ్గర సంభవించనున్న దానికోసం తన హృదయాన్ని స్థిరపర్చుకోవాలని ప్రయత్నించాడు వన్యా. కాని తిరిగి వచ్చిన క్షణాన్నుంచే హఠాత్తుగా తనమీదికి వచ్చిన భీకర హింసల్ని చూసి స్థంభించిపోయాడు.

క్రిమియన్ కేంద్రం నుంచి కమిస్సార్ డాలటావ్ "వన్యాను పూర్తిగా లొంగదీసి తీరాలి" అని ఆజ్ఞాపించాడు. కెర్చి పొలిట్ రుక్ యొక్క అధికారి, సైనిక అధికారి దానికి జవాబు చెప్పుకొని తీరాలి. వన్యా సైన్యంలో చేరి సంవత్సరం ముగిసిపోయినా, ఇంకా అతడు బాహాటంగా విశ్వాసిగా ఉన్నాడు. అతని యూనిట్‌లో ఉన్న సైనికులలో నుండి ఇకమీదట ఎలాంటి సంఘటనలు గాని, సమస్యలు గాని రావడానికి వీల్లేదు. ఈ విషయంలో సరిగా వ్యవహరించని పక్షంలో గిడెన్కో, మాల్సిన్‌ల పని పట్టక తప్పదు.

వన్యా వచ్చి తన వస్తువులు సర్దుకుంటున్నాడు. ఇంతలోకే మొదట ఒక పొలిట్ ఆఫీసరు దగ్గరికి, ఆ తరువాత మరొకతని దగ్గరికి పిలువబడ్డాడు. అతడు పరీక్షింపబడ్డాడు. ప్రశ్నించబడ్డాడు. బోధించడం, బాగా భయపెట్టడం కూడా జరిగాయి. క్లాసులో ఉన్నప్పుడు, ఇంకా భోజనం చేస్తున్నప్పుడు, మధ్యరాత్రి వేళలో, ఎప్పుడైనా సరే వాళ్ళు తరచుగా పిలుస్తుండేవారు.

పౌర జీవితంలో కూడా రిజిస్టరు కాని సంఘ అక్రమ కార్యక్రమాల్లో అతడు పాల్గొన్నాడని తెలిసింది. సైన్యం నిబంధనలకు విరుద్ధంగా వ్యవహరించాడన్న విషయం అందరికీ తెలిసిందే. ఎంతమంది సైనికుల్ని వారు తమ కల్పిత గాథలనే సుడిగాలిలోనికి లాగివేయలేదు? వాళ్ళంతా సృజనాత్మకమైన కార్యక్రమాల్ని వదిలేసి రహస్య సంభాషణలు, రహస్య కార్యక్రమాలు సాగించడం లేదూ? నేరస్థాపనలో 58వ చట్టంలోని 10వ భాగం ప్రకారం ఏ నిమిషంలోనైనా అతణ్ణి ఏడు, లేక ఎక్కువ సంవత్సరాల పాటు సరిచేసే శ్రామిక కేంద్రంలో శిక్షించడానికి అవకాశం ఉంది. సైన్య కార్యక్రమాల్లో అతడు అశ్రద్ధగా ఉన్నాడు. తరగతుల నుంచి, డ్రిల్లు నుంచి అతడు అనేకమార్లు గైరు హాజరయ్యాడు. అతని పై అధికారుల నుండి అతనిపై దోషారోపణ చేసే కాగితాల దొంతర్లున్నాయి. అతడు లోబడని తరహాకు చెందినవాడు. కె.జి.బి. వారు అతణ్ణి గూర్చి ఆచూకీ తీశారు. అతని మనస్తత్వం, ఆరోగ్యం, రాజకీయతత్వం రష్యాలో పరీక్షించబడాల్సిన అవసరం ఉంది. అసలు దేవుడంటూ ఒకడుంటే ఎవ్వరూ ఎందుకతణ్ణి రష్యాలో నమ్మరు? దేవుని గురించి మార్క్స్, ఎంగెల్స్, లెనిన్ అనేవాళ్ళు చెప్పిన విషయాలు అతడు చెప్పగలడా?

ఆ కేకలు కొన్ని గంటలవరకూ కొనసాగిపోగలవు. వినకుండా ఉండాలని ప్రయత్నించాడు వన్యా. ఆ ప్రశ్నలు చాలావరకూ అర్థరహితంగా ఉన్నాయి గనుక వినాల్సిన అవసరం లేదు. జవాబులు అవసరమైనప్పుడు అతణ్ణి మేల్కొపడానికిగాను తలపైనో, వీపుపైనో ఒక గుద్దుతో మరింత బలంగా తిరిగి ప్రశ్నించేవారు. ఆ కాస్త సమయంలో వన్యా చిన్న ప్రార్థన చేసుకోగలిగేవాడు.

"నీవు కళాత్మక కార్యక్రమాల్లో పాల్గొనకుండా దూరంగా ఉండడానికి కారణం ఏమిటి? ఈ స్థావరంలోనివాళ్ళు, నీ యూనిట్‌లోనివాళ్ళు నిన్ను ప్రశ్నించడానికి ఎందుకు రావాలి? ఎవరు వాళ్ళు? ఇతరుల్ని మతంలోకి మళ్ళించే ప్రయత్నం చేస్తున్నావని ఒప్పుకుంటావా? ఇలాంటి విషయం చట్టంచేత నిషేధించబడిందని నీకు తెలుసా? నీవు అవిధేయుడవుగా

కొనసాగడంలో నీకు ఆత్మహత్యమీద ఆశ ఉందని తెలుస్తుంది. నీ మతం కూడా నీ ఆత్మహత్యను అంగీకరించదు... నీవు దేవదూతలు, స్వస్థతలు అనేవాటితో ఏదో మతపిచ్చిలో ఉన్నావు. లెనిన్ యొక్క విజ్ఞానశాస్త్ర సంబంధమైన కమ్యూనిజం విధానాలకు ఇలాంటి విషయాలు పూర్తిగా విరుద్ధమైన విషయాలు కాదా? దేవుడు ఉన్న జీవితం బాధారహితమని చెప్పే మాటలు నీ మనస్సాక్షి క్షీణతకు నిదర్శనం కాదా? ఒడెస్సాలో నీకెలాంటి స్నేహితులున్నారు? ఒడెస్సాలో నీవెప్పుడున్నావు? నీవు చెప్పే వందలకొలది జవాబుల్లో ఏకాగ్రత లోపించింది. అబద్ధం చెప్పకూడదని నీకొక ఆజ్ఞ ఉంది కదా? సోవియట్ రాజ్యాంగం పట్ల నీ విశ్వాసం, నీ అభిమానం ఏది? దేవుడు లేడని చెప్పే మేము ఎవరినీ మోసం చేయక పోగా, విశ్వాసులమని చెప్పుకొనే మీరు మీ రహస్య కూడికలతోను, రహస్య ప్రచురణలతోను ఎందుకు అనేకులను మోసం చేస్తారు? మీకూ, సంఘానికీ ఎందుకు పొత్తు కుదరదు?

మార్క్సిస్టు సిద్ధాంతాలను కాదనేవాళ్ళే దేశానికి ముఖ్య శత్రువులు. నిన్ను సోవియట్ పౌరుడుగా పరిగణించడానికి వీల్లేదు. నీవు చెడగొట్టినవారితో మళ్ళీ పోరాడి చాలా తిప్పలు పడాలి. సోవియట్ జీవితపు మిగిలిన భాగాలన్నింటిలో కంటే సైన్యంలో ఎక్కువ కృషితో కమ్యూనిజంను నిర్మిస్తున్నాం. నీ నమ్మికలతో సోవియట్ సైన్యం విజ్ఞానాత్మకమైన సిద్ధాంతాలను పాతిపెట్టేస్తున్న నీవు నమ్మకమైన సైనికుడనని ఎలా అంటున్నావు?

గంటల తరబడి గిడెన్కోతోపాటు మాల్సిన్ కూడా కలిసి ప్రశ్నించేవారు. అలా ప్రశ్నిస్తున్న సమయంలో విసుగుతో మాల్సిన్ స్వరం బిగిసిపోయేది. వన్యా చాలా మొండివాడు, అవిధేయుడు, ఉపదేశాన్ని తృణీకరించేవాడు, సలహాలను నెట్టిపారేసేవాడు. సోవియట్ సైన్యంలో తన యూనిట్ స్థైర్యాన్ని పూడ్చిపెట్టడానికి గాను తన వ్యక్తిగత విశ్వాసాన్ని, పిచ్చి పిచ్చి ఉద్దేశాల్ని ప్రచారం చేస్తున్నాడు.

ఉన్నట్టుండి వన్యాను వెళ్లిపొమ్మనే వారు. తరగతిలోనికో, సైనిక తర్ఫీదులోనికో, డ్రిల్లులోనికో మధ్యలో దూరి తిరిగి మిగిలిన వాళ్ళను అందుకొని, పరీక్షలు వ్రాయాలి, ప్రశ్నలకు జవాబులు చెప్పాలి. చేయాల్సిన మేరకు చేయలేకపోతే అతనిపై నేరమారోపించి వెనుకబడ్డ జాబితాలో తన పేరు వ్రాయబడుతుంటే నిస్సహాయుడుగా ఆ ఉపదేశకుని వైపు చూస్తుండేవాడు వన్యా.

1972 సంవత్సరపు శీతాకాలం మెల్లగా వసంతంగా మారితే భయంకరమైన పీడకల నుండి మేల్కొన్నట్టుంది. అలసట, చలి, అనిశ్చయత వల్ల తాను వడలిపోతున్నట్టు గ్రహించాడు వన్యా. సామాన్యమైన సైనిక జీవితంలో సౌఖ్యంగా కొన్ని రోజులు గడిపిన తరువాత మళ్ళీ అధికారులను కలవడం, ప్రశ్నించబడడం లాంటివి నూతనంగా ఆరంభమౌతున్నాయి. ప్రతి దినమూ దేవుని దగ్గర తన హృదయాన్ని కుమ్మరించుకొనేవాడు వన్యా. తన హాస్టలు భవనంలోని స్టోరు గదికి అగ్ని ప్రమాదాల సమయంలో ఉపయోగించబడే ఒక తలుపు ఉన్నదనీ, అది రాత్రంతా తెరువబడి ఉంటుందనీ తెలుసుకున్నాడు వన్యా. ఆ గదికి అవతలి వైపు గోడలో ఉన్న ఒక కిటికీ ఆ భవనం క్రిందవైపు రోడ్డుమీదికి దారితీస్తుందని గ్రహించాడు. నల్ల సముద్రం నుండి వచ్చే గాలికోసం ఆ కిటికీ తెరచి ఉంచి కుర్చీలో మోచేతులానుకొని ఆ నులివెచ్చని రాత్రుల్లో గంటల తరబడి ప్రార్థనలో గడిపేవాడు. ఆ గదిలోని ప్రశాంతత అతనికి ఎంతో స్వస్థతను చేకూర్చింది. ఆ గది చుట్టూ సైనికులు యూనిఫారంలు తగిలించేవారు. అందుచేత నిద్రిస్తున్న సైనికులకు అతని కన్నీటి ప్రార్థనలు, పాటలు వినబడకుండా అవి నిరోధించేవి.

తన హాస్టలు చుట్టూ ఉండే పొలాలు వసంతంలో పచ్చబడేసరికి ఇంటిమీద బెంగపడేవాడు వన్యా. కొన్ని రాత్రులు ప్రార్థన చేయలేనంతగా నిరుత్సాహపడేవాడు. ఈమధ్య అతడు రాజకీయ నాయకులకు, న్యాయవాదులకు ఇస్తున్న సమాధానాలు గలిబిలిగా ఉంటున్నాయి.

కొన్నిసార్లు తాను చెప్పే సమాధానాల్లో తాను వారికి దొరికిపోయినట్టు సంబరపడడం వారి ముఖాల్లో కనిపించేది. అలా ప్రశ్నించ బడుతున్న సమయంలో తన మనసు ఎక్కడో సంచారం చేస్తూ మాల్దేవియాలోని ఆ పొలాల మధ్య తన తల్లిదండ్రుల దగ్గరుంటే బాగుండేదనిపించేది.

ఈ రాత్రి స్టోరు గది కిటికీలోనుంచి కనిపిస్తున్న చంద్రుడు మబ్బులలో వేగంగా పయనిస్తున్నాడు. అదే చంద్రుడు ఈ సమయంలో వలంటి రోవ్కోలోని ద్రాక్షతోటల మీదుగా కూడా కనిపిస్తాడు. వన్యా నిస్పృహ చెందాడు. రేపు ఉదయం అల్పాహారానికి ముందుగా మాల్సిన్ ఆఫీసుకు వెళ్ళాలి. "యేసు ప్రభువా! ప్రభువా!" ఆ గదిలో ప్రశాంతత వ్యాపించింది. "యేసూ, నేనింకెంత కాలం వీటిని సహించగలనో నాకు తెలీదు." చెక్క కుర్చీలో ఉన్న చేతులపై తలవాల్చాడు. కొన్నిసార్లు ప్రభువు సహాయం కోసం నిరీక్షిస్తూ నిద్రపోయేవాడు. ఏదో మధురమైన సంగీతనాదం తన మనసులో మ్రోగుతుండగా కిటికీలోనుంచి వస్తున్న వెచ్చని మత్తులోకి జారుకుంటూ ఉన్నాడు. అతని చేయి చెవిని మూసివేయడం వల్ల దానిని తొలగించి వినవస్తున్న పాటను ఆలకించాలని ప్రయత్నించాడు. ఏదో వెలుగు రేఖ మూయబడి ఉన్న అతని కనురెప్పలను తాకింది. సంగీతం ఇంకా మధురంగా ఉంది. సుపరిచితమైన సంచలనం అతణ్ణి మేల్కొల్పి, కిటికీవైపు నడిపింది. నల్లని ఆకాశం దూతల సమూహంతో మెరిసిపోతున్నట్టుంది. పారదర్శకమైన వారి దుస్తులు రంగురంగుల దీపాలతో అలంకరించ బడినట్టున్నాయి. వారి ముఖాలు వింత కాంతినిస్తున్నాయి. అవి కదలి పోతున్నట్టు కనిపిస్తున్నప్పటికీ ఆకాశంలో వారి స్థానం మారకుండా వారి గానంతో ఆకాశ విశాలాన్ని నింపేస్తున్నట్టు అనిపించింది.

విషాదగ్రస్తమైన ఈ భూమి యొక్క దిగంతముల వరకు
మానవునకు కనిపించు ప్రతిచోట
నిర్మలమైన శక్తివంతమైన విశ్వాస ప్రవాహంగా
సువార్త సత్యం ప్రవహిస్తుంది.

చాలాసేపైన తరువాత వారి వెలుగు మాయమైంది. కాంతి విహీనమైన ఆకాశం మెల్లగా బూడిద రంగు పులుముకుంది. ఉదయం సమీపిస్తుంది. ఆశ్చర్యంతో, స్తుతితో, పశ్చాత్తాపంతో కూడిన ఆనంద భాష్పాలతో మోకరించాడు వన్యా. బహు లోతైన ప్రశాంతత ఆ గదిలో అలుముకుంది. ఇంతవరకూ ఇంకా పక్షులు కూయలేదు. అతని మనసులో ఒక స్వరం స్పష్టంగా పలికినట్లయింది, "ఇది నీ ఆత్మశాంతి కోసం. రేపు నీవు ప్రశ్నించ బడవు. త్వరలో నీవీ స్థలం వదిలేస్తావు."

* * * * *

కారు నడిపించడానికిగాను వన్యా స్థావరాన్ని వదిలి వెళ్ళాడని తెలిసిన మాల్సిన్ మండిపడ్డాడు. అతణ్ణి ఆపవలసిందిగా ఆజ్ఞ జారీ చేశాడు. అది వన్యాకు చేరలేదు. అందుచేత మాల్సిన్ చిరాకుపడ్డాడు. ఆ పొరపాటు ఎక్కడ జరిగిందో చూడ్డానికి బాధ్యులైన వారిని శిక్షించాలి. అతని ఆఫీసులో వెలుపలి భాగమంతా అలజడిగా ఉంది. క్లర్కులు డ్రాయర్లలోంచి కాగితాల దొంతర్లు బైటకు లాగి తిరగవేయడం, చెత్తబుట్టలు వెదకడానికి టైపు చేసేవాళ్ళను టైపు మిషన్ల దగ్గరనుండి బైటకు లాగడం జరిగాయి.

"ఆర్డరు కనిపించిందా?" అన్నాడు మాల్సిన్. "నిన్న సాయంత్రమే కదా దాన్ని ఆ యూనిట్ సార్జెంటుకు పంపడం జరిగింది?" అన్నాడు వేరొక ఆఫీసరు. "నాకది అందలేదన్న విషయం మీరు చూస్తున్నారుగా. దానికీ, నాకూ ఏమీ సంబంధం లేదు" అని గుమాస్తా అన్నాడు. కాగితాలతో నిండిన ఒక తీగబుట్టను నేలమీద దులిపారు. గబగబ వెదకడం, ఆ తరువాత నిట్టూర్చడం జరిగింది. ఆ పత్రం మాత్రం ఎక్కడో పోయింది. మాల్సిన్ కోపంగా బయటకి వెళ్ళిపోయాడు.

* * * * *

ఇరుప్రక్కల విశాలమైన పొలాలగుండా పోతున్న ఆ రోడ్డుపై వెళ్ళడం బావుందనిపించింది వన్యాకు. వ్యాన్ వెనుక భాగంలో రొట్టెలు పేర్చబడి తలుపుకు రెండు తాళాలు వేయగా నునుపైన రోడ్డుమీద పరుగెడుతోంది వ్యాన్. ఈ విశాలమైన రోడ్డుకు ఇరుప్రక్కలా ముండ్లకంచె వేయబడి ఉంది. ఆ పచ్చదనంలో నుండి బయటకీ, లోపలికీ ఎగిరి గంతులేస్తున్న చిన్న చిన్న పక్షుల్ని గమనించి ఆనందిస్తున్నాడు వన్యా. వన్యా ప్రక్కన కూర్చున్న జూనియర్ ఆఫీసర్ సైనికోద్యోగి. అతడు స్నేహభావం గల యుక్రేనియన్. వాళ్ళొక చిన్న గ్రామం మీదుగా ప్రయాణిస్తున్నప్పుడు ఓ పెరటిలో నుండి ఒక పుచ్చకాయ కొనగలిగారు. జేబులోని చిన్న చాకును ఉపయోగించి కాయపై ఉన్న తొక్కను తొలగిస్తూ లొట్టలు వేస్తూ, దాన్ని తింటున్నాడు. అప్పుడప్పుడు గుర్రాల చేత లాగబడే బండ్లను దాటిపోతున్నారు.

ఎలాంటి హెచ్చరిక లేకుండానే లోలోపల “వన్యా! వేగం తగ్గించు” అని ఒక స్వరం పలికినట్లనుకున్నాడు వన్యా. వెంటనే వేగాన్ని చూపే మీటరువైపు చూశాడు. గంటకు 60 కిలోమీటర్లు వేగాన్ని చూపెడుతుంది. పుచ్చకాయ రసాన్ని గడ్డం మీదుగా మోకాళ్ళ మధ్యకు కారుస్తూ ఇంకా తింటున్నాడు యుక్రేనియన్.

దేవుడు వేగం తగ్గించమన్నాడనుకోవడం అసాధ్యమనిపించింది. సామాన్య వేగంతో పోతున్నారుగా. ఇప్పుడు రోడ్డు ప్రక్కన కంచె లేకపోవడం వలన చల్లగా కనిపిస్తున్న ఆ పచ్చిక మైదానాల్లోనుంచి ఒక దారి మైదానపు మధ్యభాగం వరకూ వెళ్ళి మాయం కావడం కనిపించింది. “వన్యా, వేగం తగ్గించు.”

వెనుక భాగాన్ని చూసే అద్దంలోకి చూశాడు వన్యా. ఎలాగో ట్రక్కులోనుండి వెనుకనున్న రోడ్డు మీదకు రొట్టెలు పడిపోతున్నాయి. యుక్రేనియన్ ఆఫీసర్ తన పుచ్చకాయ తొక్కను కిటికీలోనుంచి విసిరేసి తన చొక్కా చేతితో మూతి తుడుచుకుంటూ ఆశ్చర్యంతో అరిచాడు, “కామ్రేడ్, అవి మన రొట్టెలు, క్రింద పడిపోతున్నాయి.”

"దేవుడే మనల్ని ఆపుతున్నాడు" అనే గ్రహింపు రాగానే ట్రక్కు ఆపేశాడు వన్యా. ఆఫీసరు క్రిందికి దూకి కారు వెనుక భాగంవైపు పరుగెత్తాడు. "కామ్రేడ్, ఈ విషయం చూడు. తలుపులు బిగించి, తాళాలు వేసే ఉన్నాయి!" కాని వాళ్ళు చూడగలిగినంత మేరలో రోడ్డుమీద రొట్టెలు పడి ఉండడం చూశారు. గబగబ తాళం తీసి ఇద్దరూ తెరిచూశారు. వారు వేసుకున్న రొట్టెల్లో సగం లేవు. అవన్నీ ఏదో ఒక విధంగా ట్రక్కులోనుండి రోడ్డుమీద చల్లబడి ఉన్నాయి.

అర్థంకాక మెడ వెనుక చేత్తో తడుముకున్నాడు ఆఫీసర్. "వన్యా, నీవే చెప్పు. మనిద్దరం కలిసి తాళం వేశాం కదా!" భ్రమ కాదు కదా అన్నట్టు తల విదిలించాడు. "తలుపులన్నీ బంధించబడి ఉన్నాయి. కాని రొట్టెలు రోడ్డుమీద ఉన్నాయి. ఇప్పటికి ఆరేళ్ళుగా ఈ ట్రక్కుమీద పనిచేస్తున్న నేను ఇలాంటిది జరగడం ఎప్పుడూ చూడలేదు. ఎందుచేతో ఈవేళ ఇలా జరిగింది." "నాకూ గుర్తుంది. మనం వెళ్తుండగా ఆపమని దేవుడు చెప్పాడు. కాని దానికి కారణం తెలియకపోవడంవల్ల నేను లోబడలేదు. మళ్ళీ నా ఆత్మతో ఆయన మాట్లాడినా నేను మళ్ళా లోబడలేదు. ఆయన మనం తప్పకుండా ఆగేలా చేశాడు."

"మా అమ్మ చిన్నప్పుడు వేదాల్లోంచి ఇలాటి కథలే చెప్పేది." వన్యా ట్రక్కును రొట్టెల కోసం వెనుకకు మళ్ళిస్తుండగా నల్ల సముద్రం దగ్గర సెలవు కాలం గడిపేవాళ్ళతో ఒక బస్ వాళ్ళను వేగంగా దాటిపోయింది. "మా నాన్నగారు భక్తి కలిగిన యూదుడు. కియేవ్‌లోని సమాజ మందిరానికి ప్రతి శుక్రవారం సాయంత్రం వెళ్ళేవాడు. ఆయన వెళ్ళాక సబ్బాతు దినపు దీపాల కాంతిలో అమ్మమ్మ కథలు చెప్పేది. ఒకసారి మిద్యానీయుల సైన్యంలోనికి పెద్ద రొట్టె దొర్లి వచ్చిన కథ చెప్పింది. అది ఒక గుడారాన్ని కూల్చివేసింది. అంటే దాని అర్థం హెబ్రీయులకు విజయం కలుగుతుందని" అన్నాడు ఆఫీసర్. రోడ్డుపై ఉన్న రొట్టెలు ఏరడానికి క్రిందికి దుముకుతూ చిన్నగా నవ్వి తలుపు మూసేశాడు ఆఫీసర్. ట్రక్కు

నెమ్మదిగా వెనక్కు కదులుతుండగా ఇంకా మాట్లాడుతున్నాడు, "కాని రొట్టెల్లో సగం ఈ దినాన, ఈ ప్రదేశంలో రోడ్డుమీదికి జారిపోవడంలోని అర్థం ఏమిటి?" చిలిపిగా నవ్వాడు. కాని అతని కళ్ళు తీక్షణంగా వన్యామీద ఉన్నాయి.

"ఏదో కారణం వల్ల దేవుడు మనల్ని కాపాడాడు. అది మాత్రం నిశ్చయం. అది నేను లక్ష్యం చేయలేదు కాబట్టి మనల్ని ఆపడానికి రొట్టెలు దొర్లిపోయేలా చేశాడు. ఎందుకో మరి?"

నిమ్మళంగా ఉన్న ఆ రోడ్డుమీద ఒకదాని తరువాత ఒకటి ఆ రొట్టెలు ఏరడమంటే చాలా సమయం తీసుకొంటుంది. "బహుశా దేవుడు నిన్ను శిక్షించడానికి అలా చేశాడేమో. ఈసారి వేరే డ్రైవర్ని పిలిపించుకుంటాను బాబూ" అని ఎగతాళి చేశాడు ఆఫీసర్.

"వన్యా! మీ క్రైస్తవ విశ్వాసులంతా చాలా విచిత్రమైన వాళ్ళుసుమా!" మురికి రొట్టెల్ని జాగ్రత్తగా ట్రక్కులో భద్రంచేసి తిరిగి వస్తుండగా మళ్ళీ మొదలుపెట్టాడు ఆఫీసర్. "మీకేం జరిగిపోయినా మీరు లెక్కచెయ్యరు. కొన్నిసార్లు నేనుకూడా దేవుణ్ణి నమ్ముతాననుకొంటా. చాలామందికి కొద్దో గొప్పో విశ్వాసముంటుంది. కాని ఆ విషయాన్ని అధికారులకు ప్రచారం చేసి మీ జీవితాలను చిక్కులపాలు చేసుకోవడం ఎందుకు?"

నెమ్మదిగా జవాబిచ్చాడు వన్యా. "మన దేశంలో మనస్సాక్షికి స్వేచ్ఛ ఉంది. ప్రజలు వారి ఇష్టాయిష్టాలను బట్టి నమ్మవచ్చు, నమ్మకపోవచ్చు. మతాన్ని పాటించవచ్చు, పాటించకపోవచ్చునని మన రాజ్యాంగం చెబుతుంది. కామ్రేడ్, ఒకడు విశ్వసించిన విషయాన్ని దాచిపెట్టాల్సిన అవసరం లేదు." అసహనంగా సిగరెట్ వెలిగించాడు ఆఫీసర్. "నీవు చట్టాన్ని గురించి మాట్లాడుతున్నావు గాని భద్రతా కమిటీ (అంటే కె.జి.బి.) వారు చట్టాలను ఏ మాత్రం లెక్కచేయరని తెలీదా?"

అలవాటుగా స్వరం తగ్గించాడు. "వన్యా, ఇలాంటి విషయాలు

అందరికీ చెబుతాననుకోవద్దు. కాని నీవంటే నాకెంతో ఇష్టం. చాలామందికి నీవు తెలుసు. దేవుని గురించి నీవు చెప్పే విషయాలు వారికి తెలుసు. నిన్ను బట్టి, నీ జీవితంలో వారు చూసినవాటిని బట్టి సైనికుల్లో అనేకమంది నాస్తికత్వం పట్ల తమ అభిప్రాయాన్ని మార్చుకొన్న విషయం రహస్యమేమీ కాదు. అందుచేత అధికారులు అలాంటి వారిమీద కూడా ఒక కన్ను వేసి ఉంచుతారు."

వన్యా మాట్లాడబోతుంటే చెయ్యెత్తి వారించాడు. "ఒకవేళ నిన్ను గూర్చి వాళ్ళు నన్ను కూడా ప్రశ్నిస్తే, నీవెన్నడూ మత సంబంధమైన విషయాలు నాతో మాట్లాడలేదని చెప్పాలి. గనుక దయచేసి నువ్వు నాకేమీ చెప్పొద్దు. నా సాక్ష్యాన్ని పాడుచేయకు" అని ప్రాధేయపడ్డాడు.

అసౌకర్యంగా ప్రక్కకు తిరిగి కారు తలుపుమీద ఆనుకొని కూర్చున్నాడు ఆఫీసరు. "ఈ సంగతి విను. కె.జి.బి. వారు మాల్సిన్‌ను, పొలిట్‌రుక్‌ను కలిసి నీ విషయంలో ప్రశ్నించారు. నీవు మంచివాడవే. నీకు సంభవించిన వాటిని నేను గ్రహించలేననుకో. కాని వాటిని తెలుసుకోవడానికీ, తెలుసుకున్నవాటిని గురించి ఆలోచించడానికీ మాత్రం ప్రయత్నిస్తున్నాను. నీవు మంచివాడవని ప్రతి ఒక్కరూ గమనించారు. ఇలాంటి చిక్కులను తప్పించుకొని జీవించగలిగే మార్గమేదైనా ఏర్పాటు చేసుకొనలేవా? రోజుల తరబడి, గంటల తరబడి అధికారులతో మూయబడి ఉండడం, నిద్రనుండి కూడా లేపబడి ప్రశ్నించడానికి ఎల్లవేళలా పిలిపించబడడంవల్ల నీకు ఏం ప్రయోజనం? అలా జరగడం వల్ల నీవు నాశనమై పోతావు. నీ జీవితంవల్ల ప్రయోజనమంతా వ్యర్థమైపోతుంది. నిన్ను ఖైదీ చేయడానికి సిద్ధంగా ఉన్నారన్న విషయం ఖాయం. నీ జీవితాన్ని పారేసుకోవడం నీకిష్టమైతే అది నీ స్వంత విషయమనుకో" అని సలహా ఇచ్చాడు.

రోడ్డు మీద వారు సమీపిస్తున్న భయానక దృశ్యం వల్ల అతని స్వరం తేలిపోయింది. వారు రొట్టెలు ఏరుకొంటుండగా వారిని దాటిపోయిన టూరిస్టు బస్సు రోడ్డు ప్రక్కనున్న గుంటలో మెలికలు తిరిగి పడి ఉంది.

శవాలు నలుదిక్కులా చెదిరిపడి ఉన్నాయి. కొంతమందిని ఆ బస్సు గుద్దివేయడంతో తలక్రిందులైన క్రేన్‌లో అక్కడక్కడా చిక్కుకొనిపోయి ఉన్నారు. అదే ప్రమాదంలో గొలుసుకట్టుగా చిక్కుకొన్న కొన్ని కార్లు కూడా నిలిచిపోయి రోడ్డుమీద పడి ఉన్నాయి. ఒక ముసలివాని శవం ట్రక్కు ముందు భాగంలో వికారంగా పగిలిపోయిన గ్లాసు కిటికీలో వ్రేలాడుతుంది. పోలీసు దళాల కార్లు, అంబులెన్సులు అక్కడికి చేరుకొంటున్నాయి. ముక్కలైన గాజు పెంకులు, రక్తంతో మిశ్రితమై రోడ్డుమీద పారుతూ ఉంటే కొంతమంది దాంట్లో అటూ ఇటూ పరుగెడుతున్నారు. అన్నివైపుల నుండి భయంకరమైన రోదన ధ్వని వినబడుతూ ఉంది. ఆ దృశ్యం చూసి వివశులై ఆ ట్రక్కులో కదలకుండా వన్యా, ఆఫీసరు కూర్చొని మెల్లగా మాట్లాడు కుంటున్నారు ఆవేదనతో. “మనం రొట్టెల కోసం ఆగి ఉండకపోతే మనం తప్పకుండా ఈ ప్రమాదంలో చిక్కుకొని ఉండేవాళ్ళం. మనం నాశనమై పోయి ఉండేవాళ్ళం. దేవుడు నీ ప్రాణాల్ని కాపాడాడు” ఆఫీసర్ కళ్ళలో నీళ్ళు నిలిచాయి. వణుకుతున్న తన చేతుల్ని స్వాధీనపరచుకోవడం కోసం ట్రక్కు తలుపు పట్టుకొన్నాడు.

అతి కష్టంమీద మాట్లాడాడు వన్యా, “దేవుడు మన ప్రాణాల్ని కాపాడాడు.” అతని స్వరం ఉద్రేకపూరితంగా ఉంది. “ఆయన ప్రేమించేది నన్ను మాత్రమే కాదు, అందరినీ. అంటే కామ్రేడ్, నిన్ను కూడా.” క్షణంలో ఆఫీసర్ తలవంచుకొని చేతులమీద ఆనించి ఏడవడం మొదలుపెట్టాడు.

☆ ☆ ☆

అధ్యాయం 11

"ఏ గూటి పిట్ట ఆ గూటికి వెళ్తుంది!"

పళ్ళతో కొరికిన గోటిముక్కను ఊచి తన వ్రేలికొనను చీకుతున్నాడు మాల్సిన్ అయోమయంగా. విపరీతంగా పొగ త్రాగడం వల్ల జబ్బుపడి ఉన్నాడు. అతని ముందు బల్లపై వన్యా ఫైలు తెరవబడి ఉంది. రొట్టెలు తెచ్చే ట్రక్కులో వన్యా ఆఫీసర్‌తో తిరిగి వస్తుండగా కలిగిన మరొక తొందర ఆ ఫైలులో రిపోర్టు చేయవలసి ఉంది. ఇప్పటికే అనేక విషయాలు దానిలో వ్రాయబడి విశదీకరించ బడకుండా వదిలివేయబడ్డాయి.

ఇక ఈ సంఘటనలకు అంతు లేనట్టుంది. ఇప్పుడు ఏం వ్రాయాలి? ట్రక్కులో వస్తుండగా "ఒక పెద్ద ప్రమాదంలో వాళ్ళు చనిపోకుండా వాళ్ళను తప్పించేందుకు దేవుడు తాళం పెట్టిన ట్రక్కులోనుండి రొట్టెలను దొర్లి పోజేశాడని వన్యా, ఆఫీసర్ హోర్మాన్‌స్కీ చెప్పిన విషయాలవల్ల స్థావరంలో యథావిధిగా జరగాల్సిన కార్యక్రమాలకు అంతరాయం కలిగింది. "రొట్టెలు తెచ్చే ట్రక్కు చుట్టూ గుమిగూడిన సైనికుల్ని మాల్సిన్ స్వతహాగా ప్రశ్నించాడు. ఆ విషయం చెబుతూ ఆఫీసర్ హోర్మాన్‌స్కీ ఏడ్చాడట. చూస్తుంటే అతడు మానసికంగా దెబ్బతిన్నట్టు కనిపిస్తున్నాడు. ఒక కొత్త అభిప్రాయం మాల్సిన్‌ను కలవరపెట్టింది. ఒకవేళ నిర్లక్ష్యం అనే నేరం క్రింద హోర్మన్‌స్కీను అరెస్టు చేస్తే బావుండేదేమో. ట్రక్కు వెనుక తలుపులు మూయకపోవడం బాధ్యతను విస్మరించడమే అవుతుంది. భుజాలెగరేశాడు మాల్సిన్. ఇప్పుడతడు మనస్తత్వవేత్తల దగ్గరున్నాడు. గాబట్టి ఆ విషయం ఇక్కడ విడిచిపెట్టడం మంచిది.

మళ్ళీ ఇది వన్యా విషయంలోనే ఎందుకు జరగాలి? ఎప్పుడూ వన్యా గొడవలే!

ప్రత్యేక సంఘటనలకు సంబంధించిన ఆఫీసువారు ప్రమాద విషయం ఆచూకీ తీయగా స్థావరంలో మరింత ఉత్సాహం పెరిగింది. ప్రతి సంఘటననూ తన దేవునికి అద్భుతంగా రూపొందించడంలో వన్యా బహు ప్రవీణుడు అనుకున్నాడు మాల్సిన్.

ఎన్ని పునర్విద్యీకరణ పద్ధతులు ప్రయత్నించినా గాని ఇంకా వన్యా తన విశ్వాసాన్ని ప్రచారం చేస్తూనే ఉన్నాడు. మాల్దేవియాలో కనీసం రిజిస్టరు కాని చర్చికి వన్యా హాజరయ్యాడంటేనే ఆ విషయం మాల్సిన్‌కు కాస్త ఊరట కలిగించింది. ఆ విషయాన్ని ఆధారం చేసుకొని అసలు నేరస్థాపన చేసే అవకాశం ఉంది. కాని అది ఇప్పటికే చాలాకాలం క్రితం జరిగిన విషయం. రాత్రింబగళ్ళు మాల్సిన్‌ను కొరికి తినే విషయం ఏమిటంటే వన్యా ఇష్టపూర్వకంగా చూపించే అవిధేయత. తన మత సంబంధమైన విశ్వాసాలపట్ల నిశ్శబ్దంగా ఉండమని అనేకసార్లు ఆదేశించ బడింది. సరియైన విధానంలో మిలటరీవారు, పొలిట్ రుక్ ఆఫీసర్లు అతని విషయంలో పనిచేశారు. ఇంకా వేరే మార్గాలు కూడా ప్రయత్నించారు.

కిటికీలోంచి వచ్చిన మే నెల గాలి సిగరెట్టు పొడిని పేపర్ల మీద చల్లింది. ఆ పొడిని తుడిచివేయాలని అనుకోకుండా వన్యా యొక్క రిపోర్టుల వైపు చూస్తున్నాడు మాల్సిన్.

పరిస్థితి ఇక సాధించలేనంత కష్టమైపోయింది. సింఫర్ పూల్‌లోని మిలటరీ హాస్పటలు నుండి ఆఫీసు ముద్రతో వచ్చిన రిపోర్టు అతని చేతిక్రింద ఉంది. ఈతకోసం వెళ్ళిన వాళ్ళలో దాదాపు రెండు వందలమంది వన్యా గాయాలు నిజంగానే దైవికంగా స్వస్థపడ్డాయని విశ్వసిస్తున్నట్టు చెప్పారు. జనరల్ సర్జన్ గారి ఆఫీసు నుండి వస్తున్న కథలు వారిపై అలాంటి ప్రభావం చూపించాయనడంలో అనుమానం లేదు. డాక్టరు ఫోనులో మాట్లాడినప్పుడు అతడు వణుకుతూ, “నా జీవితంలో దేవుడు ఉన్నాడని ప్రథమంగా గ్రహించాను”అన్నమాటలు ఇప్పటికింకా మాల్సిన్‌ను

వేధిస్తూ ఉన్నాయి. "హు! సింఫర్‌పూల్‌లో ఎలాంటి డాక్టర్లున్నారు? విజ్ఞానవేత్తలు కారా వీళ్ళు?" ఇకమీదట మాల్సిన్ అక్కడికో జంతువును కూడా పంపడు. ఇంకో సిగరెట్ ముట్టించాడు. ఆ దళంలోని సైనికులు ఆయా యూనిట్‌ల నుండి ఆయా పట్టణాల నుంచి వచ్చినవారు కావడం మంచిదైంది. మొత్తం అందరూ కెర్చినుండి వెళ్ళిన వారైతే ఏమైయుండేది? రెండు వందలమంది అద్భుతాలనే కథలతో కళ్ళు పెద్దవి చేసుకొని స్థావరానికి తిరిగి వచ్చియుందురు.

ప్రతి సంఘటనకూ స్వభావ సిద్ధమైన కారణాలున్నాయి. వన్యా మంచులో నిలబడిన విషయానికి, బహుశా, చలికి తట్టుకోగలిగిన శక్తి తన దేహంలో ఉండి ఉండొచ్చు. యుద్ధ సమయంలో కూడా కొంతమంది మానవాతీతమైన కార్యాలు చేయడం సాధ్యపడుతుందని తెలిసింది. కొన్నిసార్లు ధైర్యానికి బదులుగా సాహసం వల్ల ఒక్కోసారి ఆజ్ఞ అసలు వినకుండానో, లేక పరిస్థితిని గ్రహించలేనంత మొండివాడుగా మారడమో జరుగుతుంది. కొంతమందికి తమ శరీర, మానసిక తత్వాన్ని బట్టి తోటి వారిని అధిగమించగల సామర్థ్యత వస్తుంది. ఒకవేళ వన్యా విషయంలో కూడా అలా అయి ఉండొచ్చు. స్వెర్ట్‌లోవ్స్క్ ఖైదు నుండి వచ్చిన రిపోర్టులు నమ్మదగినవైతే అక్కడ పునర్విద్యీకరణ సందర్భంగా అతడు ఒక అనిర్వచనీయమైన చలిని, ఒత్తిడిని కూడ సహించుకోగలిగాడు. మాల్సిన్ యొక్క సిగరెట్ చివరి వరకూ కాలిపోయింది.

వన్యా న్యాయాధికారి ముందు పరీక్షించబడాలనే విషయంలో ఇక సందేహపడనక్కరలేదు. పద్దెనిమిది నెలలుగా ఎర్ర సైన్యాన్ని బాహాటంగా అపవిత్రపరుస్తూ పునర్విద్యీకరణ కోసం జరపబడిన రాజకీయ ప్రయత్నాలన్నింటినీ వ్యర్థపుచ్చాడు. సోవియట్ చట్టానికి విరోధంగా తాను ఏ నేరమూ చేయలేదనీ, కేవలం తాను విశ్వాసిగా బాధపడుతున్నాడనీ తాను చెప్పేది సోవియట్ రాజ్యానికి, సాంఘిక చట్టానికి విరోధమైన నింద. ఆ ఒక్క కారణంగా అతణ్ణి బంధించవచ్చు. యు.ఎస్.ఎస్.ఆర్.

రాజ్యాంగంలో ఒకని మనస్సాక్షికి స్వేచ్ఛ ఉంది. యునైటెడ్ సోవియట్ సోషలిస్టు రష్యాలో మత సంబంధమైన హింస జరగలేదు.

మాల్సిన్ అలసిపోయాడు. ఈమధ్య తాను సరిగా నిద్రపోవడం లేదు. ఇది అసౌకర్యాన్ని కలిగించడానికి, వన్యా విషయంలో అతని అక్రమ కార్యక్రమాలు, మతం విషయంలో అతడు బాహాటంగా బోధించే విషయం, సోవియట్ సిద్ధాంతాల్ని వ్యతిరేకించే విషయం, వీటికి వ్యతిరేకంగా అతణ్ణి తప్పక తీర్పులోనికి తేవాలి. ఇలాంటి ఉద్దేశాలు గల వ్యక్తిని ఎట్టి పరిస్థితిలోనూ ఎర్రసైన్యంలోకి విడిచిపెట్ట కూడదని సైన్యాధిపతి డాలటావ్ స్పష్టం చేశాడు. పారిశ్రామికుల తరగతికి చెందినవారి అభ్యుదయానికి వ్యతిరేకంగా విప్లవం కలిగించేవాటిని సంఘంలోనుంచి తుడుపు పెట్టడమే మిలటరీ ముఖ్య ఉద్దేశాలలో ఒకటని మాల్సిన్‌కు గుర్తుచేశాడు. ఒక ట్రిబ్యునల్‌ని ఏర్పాటు చేయాలి. వన్యా సైన్యంలో ఉండేది ఇంకా ఆరు నెలలు మాత్రమే. కాబట్టి అతడు సైన్యాన్ని వదిలే ప్రశ్న రాకముందే అతనికి తీర్పు తీర్చి పంపించెయ్యాలి. అతని బల్లపైనున్న గంట మ్రోగించాడు మాల్సిన్. నెమ్మదిగా ఆఫీసు తలుపు తెరిచి లోనికి చూశాడు డ్యూటీలో ఉన్న సిపాయి.

అసహనంగా గొంతు సవరించుకున్నాడు మాల్సిన్. అక్కడున్న వ్యక్తి వన్యా యూనిట్‌కి సంబంధించినవాడే వీండడం అతనికేమాత్రం ఇష్టం లేదు. “వన్యాను పిలుచుకొనిరా. అతడు వెంటనే నా ఆఫీసులో ఉండాలి.” వెంటనే తలుపు మూసుకొని మళ్ళీ తెరుచుకుంది. ఆ సైనికుడు కంగారు పడుతూ అన్నాడు, “క్షమించండి, వన్యా రెండవ సంవత్సరపు సెలవు కోసం నిన్ననే మాల్దేవియా వెళ్ళాడు. ఎనిమిది రోజులవరకూ, అంటే పన్నెండవ తేదీ వరకూ గాని తిరిగి రాడండీ.” “పో అవతలికి”అలసటతోనూ, కోపం తోనూ గట్టిగా అరిచాడు మాల్సిన్. “వన్యాలాంటి ప్రత్యేకమైన వ్యక్తుల్ని కూడ అందరిలాగా పంపేయడం ఏమిటి? ఆ విషయం నాతో సంప్రదించ కుండా ఎలా జరిగింది? అతడు అసలు సెలవుమీద ఇంటికి వెళ్ళడానికి

వీల్లేదనుకొన్నాను" భయంకరంగా చూస్తూ, ఒక్కో ప్రశ్నకు ఆ సైనికునివైపు జరుగుతూ మాల్సిన్ అతనిమీద పడేలా ఉండేసరికి భయంతో కొయ్యబారి పోయాడు ఆ సైనికుడు. "నాకు తెలియదండి, ఏదో తప్పు జరిగుండొచ్చు."

"ఇక్కణ్ణుంచి అవతలికి పో" కోపంతో కీచుకుపోయింది మాల్సిన్ స్వరం. ఇలాంటి ఆవశ్యకమైన వాటితో చుట్టబడి ఉద్యోగం చేయడం అసాధ్యమైన విషయం. అతని భార్య పనిలో ఉంది. ఇప్పుడింటికెళ్ళాలి. వన్యా వలన కలిగిన గలిబిలికి త్వరలో ఒక ముగింపును తేవాలనే నిశ్చయతతో కాస్త శక్తి సంపాదించుకొని బల్లపైనున్న కాగితాలన్నీ పెట్టెలో సర్దుకొని గదిలోనుంచి బయటకు నడిచాడు.

* * * * *

ఆ వసంతకాలం ఆదివారం ఉదయపు మాధుర్యాన్ని ఆస్వాదిస్తూ ఆ ఇంటికి కిటికీలన్నీ తెరిచి ఉన్నాయి. లోపల గుమిగూడిన విశ్వాసులకు గాలి అవసరమైంది. యవ్వనస్థులు కిటికీల బైట నిలబడి పాడుతున్న పాటలు ఆ పొలాల మీదుగా పచ్చిక బయళ్ళలోను తేలిపోతున్నాయి. సైన్యం నుండి సెలవు మీద సహోదరుడు వన్యా ఇంటికి వచ్చాడు. కాబట్టి ఎవరూ తప్పకుండా అందరూ అక్కడ చేరుకున్నారు. గదిలో ఎదురుగా పాస్టర్లతోబాటు అగ్రస్థానంలో కూర్చున్న వన్యాను ఒక్క క్షణం చూడాలని యువతి స్వెట్లానా పెట్రోన్నా ప్రయాసపడి కిటికీలోనుంచి తొంగిచూసింది. మామూలుగా కూటాలకు వేసుకొనే దుస్తులు వేసుకున్నాడు. కాని ఎన్నో ఏళ్ళు గడిచిపోయినట్లుగా కనిపిస్తున్నాడు. నేను కూడా అంత మారి పోయానా ఏమిటి అనుకొంది స్వెట్లానా. అందరికీ ఇష్టమైన మాల్దేవియా పాటలు ఒకదాని తరువాత ఒకటి పాడుతున్నారు. ఒక విధంగా వన్యా తిరిగి వచ్చిన ఉత్సవాన్ని జరుపుకొంటూ అతణ్ణి ప్రోత్సాహపరిచే పద్ధతి అది. స్వెట్లానా పూర్ణ హృదయంతో ఆ పాటలలో పాలుపుచ్చుకుంది. వన్యా సైన్యంలో ఎన్నో కష్టాలు ఎదుర్కొంటున్నాడని

తాను విన్నది. కొంతమంది పాస్టర్లు మాట్లాడినా గాని కూటం ముగియక పూర్వం తప్పకుండా వన్యాను బోధించమని అడుగుతారనుకొంది స్వెట్లానా. కిటికీ మీద గెడ్డం ఆనించి వన్యా కుటుంబీకులందరూ పాస్టర్లకు దగ్గరగా కూర్చుని ఉండడం చూసింది. వారిలో ప్రతి ఒక్కరి ముఖం ఆనందంతోనూ, ఉత్సాహంతోనూ ప్రకాశిస్తున్నాయి. విశ్వాసులు కాని పొరుగువారు కూడా ఉత్సాహంగా లోనికి చూడాలని ప్రయత్నిస్తూ కిటికీల దగ్గరున్న యవ్వనస్థులను త్రోస్తూ ఉన్నారు. సిల్కు ఫ్యాక్టరీలో ఫోర్‌మన్‌గా పనిచేస్తున్న ఒక స్త్రీ కిటికీ దగ్గర ఆగి "ఏమిటీవేళ విశేషం? ఏం జరుగుతుంది లోపల?" అని ప్రశ్నించింది.

పాటలు ముగిశాక ముందుగా మాట్లాడడానికి వన్యాను ఆహ్వానించారు పాస్టర్లు. ఎవరినో అడిగి పుచ్చుకొన్న బైబిలు నుండి పాత నిబంధనలోని కొన్ని వాక్యాలు తీసి చదవడం మొదలుపెట్టాడు వన్యా.

"అప్పుడు దేవదూతబిలాము కన్నులు తెరిచాడు గనుక అతడు ఖడ్గము చేతబట్టుకొని దేవదూత మార్గమందు నిలిచియుండుట చూచి నేలమీద సాష్టాంగపడెను." ప్రకాశమైన చిరునవ్వుతో ఆ పుస్తకంలోనుండి కళ్ళు పైకెత్తాడు వన్యా. "ఈ దినాలలో కూడా దేవుడు తన్ను వెంబడించువారికి దేవదూతల ప్రత్యక్షత ద్వారా తన శక్తిని నిరూపించగలడు." కిటికీ దగ్గర నిలుచున్న ఫోర్‌మన్ స్త్రీ ఆసక్తిగా కళ్ళు వన్యామీదనే ఉంచి ప్రక్కకు ఒదిగింది. వన్యా ముఖంలోని ప్రేమపూరితమైన నమ్మకత్వాన్ని క్షణకాలం చూడగలిగింది స్వెట్లానా. "మార్కుసువార్త 14:35 కూడ చదవాలని నేనాశిస్తున్నాను." "ఆయన వారిని విడిచి కొంచెము దూరము పోయి నేలమీద సాష్టాంగపడి, తండ్రీ, నీ చిత్తమైతే ఈ గిన్నె నాయొద్ద నుండి తొలగించుమని ప్రార్థించుటకు మొదలుపెట్టెను" అని చదివాడు వన్యా. "కాబట్టి ప్రియ సోదరీ సోదరులారా, మన జీవితంలో వచ్చే ఇలాంటి సమయాలు కూడా శ్రమను చూపిస్తాయి. మనలో చాలామందికి ఇలాటి అనుభవాలున్నాయి. అలాంటి గడియల్లో ప్రభువు ప్రార్థన చేయడానికి వెళ్ళాడు. ఆయనకైతే తనకు సంభవించబోయేవన్నీ తెలుసు. మనకైతే

తెలియదు. బోధించడానికి బదులుగా మనమందరమూ ప్రార్థన చేయడం మంచిదని నేను తలుస్తున్నాను. ప్రభువు ప్రార్థించినట్లే మనం కూడా ప్రార్థిద్దాం."

అతని స్వరంలో ఉన్న ఒక వింతైన శబ్దం స్వెట్లానా కండ్లలో నీళ్ళు నింపింది. ఫోర్‌మన్ స్త్రీ, మిగిలిన కొందరు భుజాలెగరేసి అక్కడినుంచి కదిలారు. ప్రత్యేకత ఏమీ లేదు. బాప్టిస్టులు ఎప్పుడూ ప్రార్థన చేస్తూనే ఉంటారు. మిగిలిన యువకులతో కలసి ముందుకు కిటికీలోని స్థలంలోకి జరిగింది స్వెట్లానా. అంటే వన్యా ఇక బోధించడం మానేసి ప్రార్థన కోరుకుంటున్నాడన్నమాట.

కూటమంతా ముగిసిన తరువాత పెద్దవాళ్ళు కదిలి యవ్వనస్థులంతా వన్యాకు దగ్గరగా వచ్చేందుకు అవకాశం ఇచ్చారు. ఇప్పటికే నిండిన ఆ గది క్రిక్కిరిసి పోయింది. యువకుల ముఖాల్లో ఏదో సిగ్గు కనిపించింది. విభ్రాంతి పరిచే ప్రశ్నలు వేయడం వారికి ఇష్టం లేదు గాని అతడు అనుభవిస్తున్న శ్రమలను గురించి తెలుసుకోవాలని అందరికీ ఆశ ఉంది. ఎవరో మెల్లగా కిటికీలు, ముందు తలుపు మూసివచ్చారు. వన్యా ప్రక్కనే ఉండి అతని చేయి పట్టుకున్న ఓ వృద్ధురాలు అకస్మాత్తుగా కుదిపి, "వన్యా, వన్యా! అసలేం జరిగిందో చెప్పు!" ఆమె వృద్ధ కంఠం ప్రేమతో కూడిన ఉద్వేగంతో వణికింది.

ఆ మధ్యాహ్నాన్ని స్వెట్లానా ఎన్నటికీ మరచిపోదు. దేవుడెంత అద్భుత కార్యాలు చేశాడు! అద్భుతమైన స్వస్థత! రొట్టెల విషయం! సార్జెంటుకు సెలవివ్వబడడం! వన్యా చెప్పే కథలకు ప్రతిగా దేవుణ్ణి స్తుతించే పాటలు వారిలో పైకి లేచేవి. కొన్నిసార్లు ఒక సోదరుడు గాని, సోదరీ గాని వన్యా యొక్క ఆఫీసర్ల కొరకు, వన్యా చెప్పిన సైన్యంలోని నూతన సోదరుల కొరకు, సువార్త విన్న ఇతర సోదరుల కొరకు ప్రార్థన చేశారు. కొన్నిసార్లు అందరూ నిశ్శబ్దంగా ఉంటే ఇంటికి వచ్చానన్న సంతోషంతో వెలుగుతున్న ముఖంతో తిరిగి దేవుని అద్భుత కార్యాన్ని గురించి మాట్లాడేవాడు.

స్లబోద్యేయాలోని ప్రార్థనా స్థలంనుండి తమ స్వగ్రామమైన వాలంట్రివోకా లోని తమ ఇంటికి వన్యా కుటుంబం మట్టి రోడ్డుపై బయలుదేరేసరికి సంధ్య చీకట్లు ముసురుతున్నాయి. చెట్ల కొనలమీద కనిపించే లేత పసుపురంగు గాని, కొండల శిఖరాలను వెలిగిస్తున్న ఆ మృదువైన కాంతిని గాని చూడకుండా చిన్న పిల్లలు మత్తుగా తల్లి ప్రక్కనే జోగుతున్నారు. అతని చెల్లి ఇంకో ఇద్దరు తమ్ముళ్ళు నెమ్మదిగా పాటలు పాడుతూ మధ్య మధ్యలో వన్యావైపు తిరిగి చిరునవ్వులు విసురుతున్నారు. వాళ్ళు దాటివెళ్తున్న ప్రతి చెట్టూ, దారి, కంచె, అన్నీ వన్యాకు సుపరిచితమైనవే. నడుస్తూ పోతుండగా అల్లంత దూరాన వేసవిలో తాను పుట్టకొక్కులు ఏరుకొనే స్థలంలో పెండ్లయిన తన అన్న నివసిస్తున్న ఇల్లు కనిపించింది.

తన కుమారునితో పాటు నడవడానికి ప్రయత్నిస్తున్న తండ్రి అతని ముఖంలో స్పష్టంగా కనిపిస్తున్న జ్ఞాపకాలను చెరిపివేయడం ఇష్టంలేక మౌనంగా నడుస్తున్నాడు. ఏదో పిట్ట తన మధురమైన కంఠధ్వనితో ఆ నిశ్శబ్దంలో కూసింది. ఆ నీలికాంతుల ప్రశాంతతను భంగం చేయడం ఇష్టం లేదన్నట్టు అతి మృదువుగా "ఎంత బాగా ఉంది" అన్నాడు వన్యా. అర్థసహితంగా నవ్వాడు తండ్రి. పొలాల్లో రేపు ఉదయం సాగు ప్రారంభించ డానికి సిద్ధంగా ఉన్న పెద్ద యంత్రాంగాన్ని చూశాడు. అకస్మాత్తుగా వన్యా ఆగిపోయి తండ్రి చేయి పట్టుకొని "నాన్నా! ఇది కష్టమైన విషయం. కాని నీవు తెలుసుకోవాలి. తిరిగి నేను మాల్దేవియా ఎప్పుడూ చూడలేను" అని చెబుతున్నప్పుడు అతని కళ్ళు చెమ్మగిల్లాయి.

వన్యా కుటుంబికులు ఏమంత నాగరికులు కారు. సామాన్య గ్రామీణ ప్రజలు. వారికి టేప్ రికార్డర్లు, మైక్‌లు అంటే కూడా అట్టే తెలియదు. కాని వన్యా వెళ్ళిపోయేముందు ఆఖరి సాయంత్రం స్లాబోధ్యేయ నుండి సహోదరుడైన ఝెలూక్ ఓ టేప్‌రికార్డరు తీసుకొని వచ్చాడు. చాలా సంవత్సరాలుగాఅతడు రేడియోలో వస్తున్న క్రైస్తవ ప్రసారాలను రికార్డుచేసి అప్పుడప్పుడూ తన కుటుంబానికి, కూటమైన తరువాత తన సంఘస్థులకూ

వినిపింపజేసేవాడు. సైన్యంలోని తన అనుభవాలను వన్యా చెబుతుంటే రికార్డు చేయడం కష్టమైన విషయం కాదు. సైన్యంలో వన్యాపట్ల దేవుడు చేసిన ఆ గొప్ప కార్యాలు కేవలం వన్యావైపు ప్రాంతపు కొంతమంది విశ్వాసులు మాత్రమే ఎందుకు వినాలి? వాటిని ఒక టేప్‌లో భద్రం చేస్తే మాల్దేవియాలోని సంఘకాపరులందరూ ఒకరి తరువాత ఒకరు తమ సంఘాలకు వాటిని వినిపించవచ్చు. దానివల్ల దేవునికెంతో మహిమ! విశ్వాసులకెంత ప్రోత్సాహం!

ఏ కారణంచేతనో వన్యా టేప్‌లోనికి మాట్లాడడం ప్రారంభించగానే అతని తల్లి ఏడ్వడం ప్రారంభించింది. వన్యా ఇంటికి వ్రాసిన ఉత్తరాలలో వివరంగా వ్రాస్తే అధికారులు పట్టుకొంటారు. వన్యాను చూశాక ఆమె భయాలు తగ్గిపోతాయని తండ్రి ఆశించాడు గాని వన్యా ఇంటికి వచ్చిన తరువాతే అసలామె నిద్రపోవడం మానేసింది. తదేక దృష్టితో కొడుకుని చూస్తూ కూర్చుంటుంటే వన్యా కూడ నవ్వేసి, “అమ్మా! నా కోసం నీవు ఎర్రసైన్యమంతటితో యుద్ధం చేసేలా ఉన్నావు” అని ఉడికించాడు. “ఈ విషయాలన్నీ దేవుని చేతిలో ఉన్నాయి. జరగాల్సిన వాటిని మనం ఎన్నుకోలేం. కేవలం ప్రార్థన చేయాలి అంతే. దేవుని చిత్తమేదో అదే జరుగుతుంది. ఆయనకు యోగ్యులంగా ఉండడమే మన కర్తవ్యం” అని కూడా అన్నాడు. వన్యా కళ్ళలోకి సూటిగా చూసినప్పుడు తల్లి నవ్వాలని ప్రయత్నించింది కాని అతనిలో కొట్టొచ్చినట్టు కనిపిస్తున్న వేర్పాటు రాత్రిపూట భయంతోనూ, పగలు ఆందోళనతోనూ ఆమె హృదయాన్ని నింపేసింది. అతనికేమీ జరగకూడదు. అతడు ఆమె కుమారుడు.

☆ ☆ ☆

అధ్యాయం 12

"దిగంబరులు నివసించేచోట ప్రజలకు బట్టల్ని చూస్తే సిగ్గు!"

తన గదిలో నెమ్మది లేకుండా పచార్లు చేస్తున్న మాల్విన్ క్రిందనున్న కెర్చి రోడ్డులోని సందడిని గమనిస్తూ తన భార్య ఏ క్షణంలోనైనా ఆ సందడిలోంచి ఇంటివైపు రాగలదని ఎదురు చూస్తున్నాడు. మధ్యగదిలో టేబుల్‌మీద తన పదేళ్ళ కుమారుడు స్కూల్లో ఇచ్చిన హోమ్‌వర్క్ చేస్తూ దానిలో నిమగ్నమై ఉన్నాడు. నెమ్మదిగా పనిచేసుకుంటూ మధ్య మధ్యలో తండ్రి ముఖంలోని అసహనాన్ని చూడడానికి తల పైకెత్తి చూస్తున్నాడు.

"అమ్మ త్వరగా వచ్చేస్తుంది. బజార్లో కూరగాయలు కొనేందుకు ఆగిందనుకుంటాను" తల్లిలాగ బుజ్జగించే విధానం వాడికి తెలుసు. జవాబుగా తలూపి కుర్చీలోకి వాలిపోయాడు మాల్విన్.

వన్యా సంగతి కాస్త మెరుగుపడింది. ఆ విషయంలో తనకు సంతోషం. కాని గెలీనా రావాలి. వన్యా ఇంటికి వెళ్ళడం ఎంత మంచిదయ్యిందో ఆమెకు చెప్పాలి. ఈ మధ్య సమయంలో కాస్త ఆలోచించడానికి, ఒక పద్ధతి ఏర్పాటు చేయడానికి, డిస్ట్రిక్ట్ పొలిట్ రుక్‌తో సంప్రదించడానికి విషయాలను స్పష్టంగా పరిగణించడానికి వీలు దొరికింది.

నీలి కళ్ళనిండా కాంతితో మళ్ళీ తల పైకెత్తాడు కుర్రాడు. "నాన్నా, అమ్మొచ్చేసింది!" మూయబడి ఉన్న తలుపును కాలితో తన్ని తెరిచింది గెలీనా. బీట్‌రూట్‌తో నిండి ఉన్న సంచిని వంటగదిలోని టేబుల్ మీద పారేసి దాని ప్రక్కనే చేతిలో ఉన్న చిన్న పొట్లాలను పారేసింది. భయంతో భర్తవైపు చూసి, సంభాళించుకొని, చల్లని చిరునవ్వుతో అవతలి గదిలో ఉన్న బాబువైపు చూసింది.

"టీ కావాలా?" అంటూనే అప్రయత్నంగా టీ పాత్రతో ముందుకు కెళ్ళింది.

సిగరెట్టు కోసం జేబులో వెతుక్కున్నాడు మాల్సిన్. "అవును, ఇప్పుడు టీ కావాలి" గట్టిగా పొగపీల్చాడు. "వన్యా విషయంలో నేను చాలా తేలిగ్గా ఉన్నానని తెలుసుకుంటే నీవు సంతోషిస్తావనుకుంటా."

అతి జాగ్రత్తగా గాస్ పొయ్యిమీద టీపాత్ర పెట్టింది గెలీనా. నెమ్మదిగా ఉండడానికి ప్రయత్నిస్తూ భర్త ఎదురుగానున్న కుర్చీలో కూర్చుంది. టేబుల్‌పై ఉన్న బీట్‌రూట్, మిగిలిన పొట్లాలు వారిద్దరి మధ్య గోడ కట్టినట్టున్నాయి. "ఆ విషయం సంభాషించుకోకూడదని నిశ్చయించుకున్నాంగా."

"కాని ఎలా ముందుకు పోవాలో నాకు తెలియకపోవడంవల్ల కష్టమనిపించింది. ఇది సామాన్యమైన విషయం కాదు కదా. క్రమశిక్షణను తిరస్కరించగల అతని విపరీత సామర్థ్యం, చిక్కు సంఘటనల్ని సృష్టించడం, అతని పిచ్చిని ప్రచారం చేయడం, ఇవన్నీ అసాధారణమైన విషయాలు. అతని విషయంలో ముందుకు సాగాలంటే అంతం వరకు ప్రశ్నించాలని నాకు తోచింది. అతడు సెలవులకు ఇంటికెళ్ళడం ఒక విధంగా మంచిదే అయ్యింది. అతడు లేకపోవడం వల్ల అవసరమైన విరామాన్నిచ్చింది. బహు జాగ్రత్తగా ఒక ఉపాయాన్ని సిద్ధం చేశాను."

"ఉపాయమా?" పొంగుతున్న టీపాత్రను దించడానికెళ్ళింది గెలీనా. చాలా సంవత్సరాల క్రిందట వివాహ బహుమానంగా ఇవ్వబడిన చిన్న పాత్రలోనికి యథావిధిగా నీటిని పోసింది. పెళ్ళి జరిగిన దినాల్లోని వారి అనురాగానికీ, ఇప్పటికీ పరిస్థితులకు ఎంత మార్పు!

భార్య అందించిన టీకప్పు టేబుల్‌మీద పెట్టడానికి బీట్ దుంపల్ని, పొట్లాల్ని దూరంగా నెట్టాడు మాల్సిన్.

"నీవు ఈ విషయాన్ని మనసులో ఉంచుకొని భయపడుతున్నావ్ కదూ

గెలీనా? నెలల తరబడి ఈ సంగతి మన మనసుల్లో ఉంది. నీవు సరిగా నిద్రపోవడం లేదని నాకెలా తెలిసింది? నేనూ నిద్రపోవడం లేదు. ఇప్పటి వరకు జరిగిన అక్రమాలను గురించి స్పెషల్ డిపార్ట్‌మెంట్ వారికి జవాబివ్వడానికి నన్ను పిలవకపోవడం అద్భుతంగా ఉంది. అమాయకమైన ముఖంలో ఉండే ఈ నంగనాచి తన సంచిలోంచి బయటకు తీయగల జిత్తులకు అంతమనేది కనిపించడం లేదు" అన్నాడు.

గెలీనా టీకప్పు కూరగాయల చాటున ఉంచి, "అద్భుతమా!" అంటూ అయిష్టంగా ఆమె చూస్తున్న ఆ చూపు అతణ్ణి కోపంతో చలింపజేసింది. "కమ్యూనిస్టు పార్టీవారు అద్భుతాలను నమ్మరనుకుంటాగా! మీరు వింతైన భాష మాట్లాడుతున్నారు."

"నీవు కూడా ఈ విషయంలో ఆందోళన పడుతున్నావని జ్ఞాపకం చేయడానికి ప్రయత్నిస్తున్నాను. వన్యా విషయంలోని చిక్కులు త్వరగా ముగిసిపోతున్నాయని చెప్పడానికి ఇంటికి వచ్చాను. నేనొక నిర్ణయానికి వచ్చాను. వన్యా ఈ ఉదయమే కెర్చికి తిరిగి వచ్చాడు. ఇప్పటికే అతణ్ణి అరెస్టు చేస్తారు. భద్రతా దళంవారితో కలసి నిర్ణయించిన ప్రకారం మొదట అతణ్ణి అరెస్టు చేయడం జరిగిందని చెప్పి కాస్త మనసుకు ఊరట కలిగించాలని అనుకున్నాను."

"మీరు నిశ్చయించిన విధానం తెలుసుకోవడం నాకిష్టం లేదు. అసలు వన్యా విషయం తెలుసుకోవడమే నాకిష్టం లేదు. అతని విషయం నాకు చెప్పవద్దని ఎన్నోసార్లు చెప్పాను మీకు."

స్త్రీలలో ఉండే అబలత్వాన్ని ఖండించకుండా ఉండడం కష్టమే అవుతుంది. సంపూర్ణ స్వాతంత్ర్యం విషయంలో సోషలిస్టు దృక్పథం యొక్క ఆవశ్యకతను ఈనాటికి కూడా అంగీకరించగల స్త్రీలు బహు కొద్దిమంది మాత్రమే. ఆ కొద్దిమందిలో గెలీనా ఒకతె అనుకొన్నాడు మాల్సిన్ ఒకప్పుడు.

"సమస్యేమిటంటే వన్యా జైలుకు వెళ్ళడమంటే పైకి ఏమీ అభ్యంతరాలు చెప్పకుండా ఒప్పుకున్నాడు. తన ఊహాలోకంలో ఎంత నిమగ్నమైపోయి ఉన్నాడంటే తానెక్కడున్నాడు అనే సంగతితో అతనికేమీ సంబంధం లేదు. సోవియట్ వ్యతిరేక కార్యక్రమాలకు క్రైస్తవ బోధలకు అతని 'అద్భుతాలు' కొనసాగించడానికి ఒక స్థలం కాకపోతే వేరొక స్థలం. ఎంత గొప్ప విజయం! ఎర్రసైన్యం వాళ్ళు జైళ్ళలోనే ఒక క్రైస్తవ బోధకుణ్ణి ఏర్పాటు చేశారన్నమాట! బాగానే ఉంది." గట్టిగా ఊపిరి పీల్చుకొన్నాడు మాల్సిన్. "అయితే ప్రతివాని సహనానికి ఒక హద్దు ఉంది. వన్యాకి కూడా ఉంది. ఆ హద్దును అందుకోవడానికే మేం నిర్ణయించుకున్నాం."

రౌద్రం గెలీనా స్వరాన్ని అణచివేస్తుంటే నెమ్మదిగా అంది, "ఈ విషయాలు నాకసలు చెప్పవద్దంటున్నాను కదా? నేను వీటిని వినవే వినలేనని చెబుతున్నాను." ఒక్క క్షణంలో టీకప్పును కడగడానికి దూసుకుపోయింది. టీకప్పు పైకెత్తి నేలకేసి కొట్టింది. దాని ప్రక్కనే సాసరు కూడా పారేసి పెద్ద శబ్దం చేసింది.

మాల్సిన్ కోపంతో మండిపోయి చాచి భార్యను ఒకటిచ్చేసరికి గెలీనా వంటగది గోడపై పడింది. ఒక్క క్షణంలో తన పెట్టె తీసుకొని ఎరుపెక్కిన ఆమె ముఖాన్ని తేరిచూస్తున్న ఆమె కళ్ళను చూస్తూ చరచరా మధ్యగదిలోకి వచ్చాడు. గదిలో అవతలి తలుపు దగ్గరకెళ్ళి దబాలున మూసేసి బయటికి నడిచిపోయాడు. గెలీనా పోతే పోనియ్.

* * * * *

సంవత్సరమంతటిలో ఈ సమయం ఆహ్లాదకరమైనదైనా గాని ఆ ఖైదు మాత్రం బహు చల్లగా ఉంది. ఎక్కడో పైన దాదాపు పైకప్పు దగ్గరగా ఉన్న ఆ చిన్న కిటికీ చుట్టూ బయటినుండి వస్తున్న ప్రకాశమానమైన నీలిరంగు కనిపిస్తుంది. అయితే బయట చూస్తే విశాలమైన ఆకాశం, అంతటా వ్యాపించిన వేసవి ఆహ్లాదం, సూర్యకాంతిలో మిలమిల మెరిసే

కొండ శిఖరాలు, ఆ జైలు పైభాగాన్ని, సింఫర్‌పూల్ పట్టణాన్ని, ఇంకా పొలాల్ని, తళతళలాడే నదుల్ని, దూరంగా ఉన్న మాల్దేవియాలోని ద్రాక్షవనాల్ని ఆవరించి ఉంది.

గంటల తరబడి అలాగే ఆ కిటికీలవైపు చూస్తూ కూర్చున్నాడు వన్యా. ఆ నీలిరంగు నుండి కండ్లను తొలగించి ప్రార్థించడానికి ప్రయత్నించాడు. ఏదో తేలికైపోతున్నట్టుగాను, శరీరం నుండి వేరైపోతున్నట్టు బాధపడడం మొదలుపెట్టాడు వన్యా. తనచుట్టూ ప్రజాజీవితం యథావిధిగా కొనసాగుతున్నా, తాను మాత్రం ప్రపంచానికి దూరంగా ఆ గదిలో బందీగా అయిపోయాడు. బయటి వాస్తవ జీవితమంతా సంభవించిపోయినట్టూ, జైలే తన ప్రపంచమైనట్లూ అనిపించింది. మాల్సిన్ చెప్పిన మాటలు మళ్ళీ తలపోశాడు. "నీ మనసు మార్చుకోకపోతే నిన్ను జైలుకు పంపము సరికదా ఇంటికి కూడా పంపము." తనను చంపజూస్తున్నాడా? బహుశా, తాను సరిగా గ్రహించలేదేమో, రష్యన్ భాష కష్టమైనది. కొన్నిసార్లు తాను అర్థం చేసుకోలేడు.

ఏమైనా తనకి మరణం అంటే భయంలేదు గాని, ఒకవేళ ఏ పరిస్థితిలోనైనా క్రీస్తును తన అద్భుత శరీర స్వస్థతను, తన శరీరాన్ని జీవింపజేసి వేడితో నింపిన దేవుని ప్రేమను తృణీకరించడం జరుగుతుందేమోనని భయపడుతున్నాడు. ప్రత్యేకమైన గదిలో బంధింపబడిన ఒక వ్యక్తిచేత అతని నిర్ణయాలను తిరిగి కాదనిపించడానికీ, దేవదూషణ చేయించడానికీ, తాను అసహ్యించుకొన్నదాన్ని కౌగలించుకొనేలా చేయడానికీ అధికారులు ఎలా ప్రయత్నిస్తారో ఊహకు అందడం లేదు. అతని స్వంత బలహీనత విషయంలోనే అతనికి భయం కలుగుతుంది.

చివరికి తన చావువల్ల ప్రయోజనం ఉండదేమో? వెయ్యి విధాలుగా తనను వేధిస్తున్న ఆ తలంపును దూరం చేసుకోవడం కష్టసాధ్యం. ఆవేదనతో గదిలో పచార్లు చేశాడు వన్యా. చావు విషయమే వస్తే, తాను నిలువబడగలిగితే, దేవుని శక్తి అతణ్ణి నిలబెడితే, అంతే, లోకాన్ని

వదిలేస్తాడు. అంతకు మించినదేమీ లేదు. ఏదో నష్టపోతున్నాననే వ్యథ అతని మనసును కాల్చేసింది. ఒకప్పుడు జీవితకాలమంతా కృపా కనికరాలతో నిండిన దినాలతో భవిష్యత్తు అతని కళ్ళముందు కనిపించింది. అతని కుటుంబం, ఇల్లు, స్నేహితులు, అతని దేశం. ఇలాంటి దృశ్యాలన్నీ అతని కళ్ళముందు కదలాడాయి. అతడు ఇక ఎన్నడూ పొందలేని ఆ పెండ్లి కుమార్తెను గూర్చి ఆలోచించుకున్నాడు. వారికి పుట్టబోయే చిన్న పిల్లల ముఖాలు ఆ గదిలోని గాలిలో తేలియాడుతున్నాయి.

"అయ్యో, నేను పిచ్చివాణ్ణయిపోతున్నాను!" మతం మనుషుల్ని పిచ్చివాళ్ళని చేసేస్తుందని చెబుతారు గదా? అతి కష్టంమీద వన్యా వాక్యాన్ని గుర్తు చేసుకో గలిగాడు. "ఓ దేవా నన్ను రక్షింపుము. జలములు నామీదికి వచ్చెను. నేను జిగటగల ఊబిలో చిక్కుబడగా నా పాదములకు నిలువ చోటు లేకపోయెను. జలములు నన్ను చుట్టియున్నవి. వరదలు నామీదుగా పొర్లిపోయెను. మొరపెట్టుటచేత అలసియున్నాను. నా గొంతు ఎండి యున్నది. నా దేవుని కొరకు నేను కనిపెట్టియుండగా నా కళ్ళు సొమ్మసిల్లెను. నన్ను ద్వేషించువారు నా తలవెంట్రుకలకంటే లెక్కకు మించియున్నారు. నన్ను నాశనము చేయ చూచువారు బలము గలవారు."

"ఓ దేవా నా దోషము నీవెరిగి యున్నావు. నా అతిక్రమములు నీకు మరుగైనవి కావు. నీవైపు చూచువారు నా వలన సిగ్గునొందక యుందురు. ఓ దేవా! సైన్యములకధిపతియగు యెహోవా, నిన్ను వెదకువారు నా వలన సిగ్గునొందక యుందురు గాక."

ఆర్మేనియన్ సార్జెంట్ ప్రొకొరోవ్ యొక్క ముఖం అతని మనసులో మెదిలింది. కోతపని నుండి తిరిగి వచ్చిన తరువాత వన్యాను కలుసుకొన్నప్పుడు అతని ముఖంలో వింతైన చిరునవ్వు కనిపించింది. వన్యాను కౌగలించుకొని రెండు బుగ్గల మీద ముద్దులు పెట్టి, మళ్ళీ కౌగలించుకొన్నాడు. తనను "నా సోదరుడా" అని పిలువనారంభించాడు. విశ్వసిస్తానన్న వాగ్దానాన్ని సంతోషంతో నిలుపుకున్నాడు. ప్రొకొరోవ్‌ను

జ్ఞాపకం చేసుకోవడం వన్యాలోని బాధను కొంత ఉపశమింపజేసింది. ఆ గదిలో ఉన్న ఇనుప మంచంపైన నిశ్శబ్దంగా కూర్చున్నాడు. తన స్థావరంలో ఎంతోమంది ఇప్పటికే విశ్వసించారు. అయితే అధికారులు శ్రమల ద్వారా తనను విశ్వాస భ్రష్టుణ్ణి చేస్తే ఆ విశ్వాసులంతా ఏమైపోతారు? కాని దేవుడు ఆపదలో నమ్మదగినవాడు కాడా? "నిలకడగా ఉండు, అధైర్యపడకు, క్రీస్తు ఆజ్ఞానుసారం ముందుకు సాగిపో" అంటూ గట్టిగా తనకు తాను చెప్పుకున్నాడు వన్యా.

సింఫర్‌పూల్‌లోని మిలటరీ ప్రాసిక్యూటర్ కెర్చి పొలిట్ రుక్‌లో ఆఫీసర్ల దగ్గర అనేకసార్లు వన్యా తికమకపరిచే నేరాలన్నింటినీ ప్రోగుచేశాడు. మాల్దేవియాలో రిజిస్టరుకాని బాప్టిస్టు సంఘానికి హాజరైన విషయంలో 142వ చట్టం ప్రకారం శాసనోల్లంఘన చేశాడు. కెర్చి సైన్యంలో అతనికి విశ్రాంతి కోసం ఏర్పాటైన సమయంలో రిజిస్టర్డు కాని కూటాలకు హాజరయ్యాడు. సోవియట్ రాజ్యాంగాన్ని కించపరిచే దుష్ప్రచారం గల పత్రికలను బాహాటంగా పంచిపెట్టి 190వ చట్టంలోని మొదటి భాగం ప్రకారం నేరం చేశాడు. తాను క్రీస్తుకోసం శ్రమననుభవిస్తున్నానని తల్లిదండ్రులకు వ్రాసిన ఒక లెటరు వారి వద్ద ఉంది. "యు.ఎస్.ఎస్.ఆర్. లో మనస్సాక్షికి స్వాతంత్ర్యం ఇవ్వబడింది. కాని నీవు సోవియట్ యూనియన్‌ను, ఎర్రసైన్యాన్ని ఉద్దేశపూర్వకంగా అవమానపర్చావు." ఒకసారి వన్యావైపు పరిశీలనగా చూసి, "కామ్రేడ్ వన్యా! పదే పదే నీవు నీ స్వంత యూనిట్‌లోను, నీకు సంబంధమున్న ఇతర యూనిట్ల సైనికుల హక్కులలోను జోక్యం కలిగించుకొన్నావు. నీవు యెడతెగకుండా చేసే ప్రార్థనలు, బోధలు నీ చుట్టూ ఉన్నవారు భరించలేకపోతున్నారు. ఇతరులను తొందరపెట్టడం మానేయాలని నీకు అనేకసార్లు ఆజ్ఞాపించినా నీవు త్రోసిపుచ్చావు. ప్రభుత్వ సంస్థలో నీవు ఉంటూ కూడా జరిపిస్తున్న మతపరమైన కార్యకలాపాల వల్ల సంఘానికీ, దేశానికీ మధ్యనున్న నిబంధనల్ని ఉల్లంఘించావు. నీవు ఈ ట్రిబ్యునల్ వలన కాదు గాని నీ

స్వంత కార్యాల చేతనే శిక్షించబడుతున్నావు. అయినా గాని మళ్ళీ ఈ వేళ ఈ న్యాయస్థానం ఇచ్చిన తీర్పును స్వీకరించి, నీవు నీ సోవియట్ వ్యతిరేక చర్యలను ఒప్పుకొని బహిరంగంగా నీ ఉద్దేశాలను మార్చుకోవ డానికి మరియొక తరుణం నీకు ఇవ్వబడుతుంది. ఈ విషయమై ఆలోచించ డానికి నీకు మూడు రోజులు సమయం ఇవ్వబడుతుంది."

ఆ మూడు దినాల సమయం గడపడానికి సింఫర్‌పూల్ నుండి తిరిగి కెర్చికి పంపించి, తిరిగి ఆ జైలుకు తీసుకువచ్చారు. మళ్ళీ ప్రశ్నలు మొదలయ్యాయి. కెప్టెన్ యార్మక్, మేజర్ గిడెన్కో పట్టీలో ఉన్న నేరారోపణలను చదువుతూ కెర్చిలోనే ఏడేండ్ల జైలు శిక్ష అనుభవిస్తూ ఉండాలని అరిచారు. ఖైదీ నిలుచుండే బోనులో వన్యా అసౌకర్యంగా కదిలాడు. గిడెన్కో మళ్ళీ మూడు రోజులు గడువునిచ్చాడు. శిక్ష విధించడానికి న్యాయస్థానం ముందుకు రాకపోవడానికి కారణం ఏమై ఉండొచ్చు? జైలు శిక్షను అంగీకరించడానికి తన సంసిద్ధత పదేపదే వారందరికీ తెలియజేశాడు.

మాల్సిన్ ఆవులించాడు. గిడెన్కోతో గడిపిన సమయం సుదీర్ఘమైనది. గెలీనాతో వాగ్వివాదం జరిగాక ఇంతవరకూ ఇంటికెళ్ళలేదు. ఇంటికి వెళ్దామని అనుకొని కూడా వెళ్ళలేదు. వన్యా విషయంలోనే తన సమయం అంతా వినియోగించాలి. మొదటినుంచీ ఈ విషయంలో జరుగుతూ వచ్చిన పొరపాటు ఈసారి జరగకుండా అతి జాగ్రత్తగా సిద్ధపరచిన ప్రణాళికను అనుసరించి పనిచేయాలి. తన పని తాను చేసుకొంటూనే ఇంతదూరం ఈ సంగతిని తీసుకొని వచ్చాడు. ఇప్పుడిక విశ్రాంతి తీసుకోకూడదు.

ఏదో తృప్తితో ఇంతవరకూ వచ్చిన అభ్యుదయాన్ని పరిశీలించాడు మాల్సిన్. సింఫర్‌పూల్‌లోని కమిసార్ డాలటావ్ వన్యాను పరీక్షించి తీర్పు చెప్పడం ముగిసింది. దోషినని ఒప్పుకోలేదు కాబట్టి తిరిగి కెర్చి పొలిట్‌రుక్ దగ్గరకు అతణ్ణి పంపి, పొలిట్ రుక్ ఆఫీసర్ల చేత పరీక్షించబడడం జరిగింది. మళ్ళీ ఇంకొక గడుపు అతనికి ఇవ్వబడింది. సరిదిద్దుకోకపోతే

(సరిదిద్దు కోడని మాల్సిన్‌కు తెలుసు) అప్పుడు ఒడెస్సాలోని డిస్ట్రిక్ట్ పొలిట్‌రుక్‌కు పంపించి అక్కడినుండి "చిట్టచివరి ఘట్టం" అనబడే దానికోసం సింఫర్‌పూల్‌కు పంపుతారు. ఇంతవరకూ ప్రశ్నా పరంపరలు, బెదిరింపులు పనిచేయలేదన్న సంగతితో ఇక పనిలేదు. మాల్సిన్ భుజాలెగరేశాడు. ఏ సందర్భంలో ఎక్కడ వన్యా లొంగుతాడనే విషయం అతనికి అనవసరం కాని తప్పక లొంగిపోతాడు. ఇంకాస్త సమయంలో సింఫర్‌పూల్‌లోని ప్రత్యేక కార్యక్రమాల ఘట్టంలో ప్రవేశిస్తాడు.

* * * * *

అది ఏ రోజో గుర్తుంచుకోవడం కూడా కష్టమైపోతుంది వన్యాకు. ఆయా జైళ్ళకు ప్రశ్నించడానికి, కెర్చికి మళ్ళీ మళ్ళీ పంపబడడం వలన సమయం ఎలా గడుస్తుందో కూడా తెలియడం లేదు. మళ్ళా సింఫర్‌పూల్ లోని ఖైదీ బోనులో వణుకుతూ తెల్లమొఖం వేసి నిలబడి ఉన్నాడు. మాల్దేవియా నుండి వచ్చినపుడు తన ముఖంలో ఉన్న ఆరోగ్య సూచకమైన ఎర్రదనం ఇప్పటికే ఖైదీ యొక్క రంగులోకి పోయింది. అతనికి ఆకలేస్తుంది. కావలివాళ్ళు కూడా అతణ్ణి తిట్టుకుంటున్నారు. గత రెండు వారాలుగా అసలు నిద్రపోలేదు. అతని నోటి మాట కోసం కనిపెడుతూ తొందరపాటుతో చూస్తున్నారు ఆఫీసర్లు. అలసట వల్ల అతని స్వరం బొంగురుపోయినా గాని, ఇంతవరకూ రష్యన్ భాషలో స్పష్టంగా మాట్లాడడానికి ప్రయత్నిస్తున్నాడు.

"నా మీద ఆరోపించిన నేరాల విషయంలో నేను నిరపరాధిని. తిరిగి ట్రిబ్యునల్‌లో మాట్లాడాలని మనవి చేస్తున్నాను" అన్నాడు వన్యా. కమిస్సార్ డాలటావ్ దుఃఖముఖంతో అంగీకార సూచకంగా తలూపాడు.

"నేను సైన్యంలోనికి చేర్చుకొనబడినపుడు నేను నమ్మకంగా ఉంటానని వాగ్దానం చేశాను. గనుక ఆ వాగ్దానం నెరవేర్చాలని యు.ఎస్.ఎస్.ఆర్. మిలటరీకి సంపూర్తిగా లోబడాలని ఎప్పుడూ ప్రయత్నిస్తూనే ఉన్నాను.

కాని మనస్సాక్షి స్వాతంత్ర్యాన్ని ఇస్తున్న రాజ్యాంగాన్ని ఉల్లంఘించే కొన్ని విపరీతమైన ఆజ్ఞలు నా విషయంలో జారీ చేయబడడం వల్ల నేను వాటికి లోబడడం అసాధ్యమైపోయింది. నేను ఎర్రసైన్యం పట్ల అపనమ్మకస్తుడను కావడం వల్ల కాదు గానీ, ఆ ఆజ్ఞలు సరియైనవి కానందువల్లను, అంతకు మించిన వేరొక రాజ్యభక్తి క్రీస్తు పట్ల నాకుండడం వల్లను నేను వాటికి లోబడలేకపోయాను. ఆయన నాకు కొన్ని ఆజ్ఞలిచ్చాడు. వాటిని నేను ఉల్లంఘించలేను" వన్యా చెప్పాడు.

మెల్లగా, ఆసక్తిగా డాలటావ్ మాట్లాడుతున్నాడు, "నీకు యేసుక్రీస్తు నుండి ప్రత్యేకమైన ఆజ్ఞలు జారీ చేయబడ్డాయా?"

"ఇతర క్రైస్తవులకంటే ఎక్కువ కాదనుకోండి. దేవుడు మాకు చేసిన గొప్ప కార్యాలు ఇతరులకు చెప్పాలని, ఎక్కడున్నా ఆయన మహిమకు సాక్షులుగా ఉండాలని ఆజ్ఞాపించబడ్డాం. కామ్రేడ్ కమిస్సార్, సువార్తను చెప్పి ఇంతవరకూ నేనెవ్వరినీ అలజడి పరచలేదు. శ్రద్ధ గలవారికి మాత్రం దేవుని ప్రేమను గూర్చి, ఆయన నా విషయంలోను, ఆయనను ప్రేమించు వారిపట్లను చూపించే శ్రద్ధను గూర్చి చెప్పాను. ఆకలిగొన్న వారికి ఆహారం ఇవ్వడం నేరం కాదనుకొంటున్నాను. నాకు, మరికొంతమందికి కొన్ని అద్భుతాలు సంభవించాయి. ఈ రోజుల్లో చాలామంది దేవుడు లేడంటున్నారు. అయినా కాని ఆయన మానవులందరినీ ప్రేమిస్తూ, అందరూ రక్షించబడాలని ఆశిస్తున్నాడు. కాబట్టి ఆయన ఇంకా అద్భుతాలు చేస్తున్నాడు. నేను సైనిక స్థావరంలో ఉండగా చేసింది ఒకటే ఒకటి. అదేమిటి? మత సంప్రదాయ ప్రార్థన. సోవియట్ పౌరులు ప్రార్థన చేయడాన్ని ఏ చట్టం నిషేధించింది? విశ్వాసాన్ని గురించి మాట్లాడొద్దు అని మీరు చెబుతారు గాని దేవుని ప్రేమ దాగేది కాదు. ఇలా వ్రాయబడి ఉంది, "నేను ఆయనను జ్ఞాపకము చేసికొనను. ఆయన ప్రేమను గురించి మాట్లాడను అని నేననుకొనగా అది ఎముకలలో దాచబడిన అగ్నివలె నా హృదయమందున్నది." దయకోసం ట్రిబ్యునల్‌ను నేను కోరడం లేదు.

ఎందువల్లనంటే దయ దేవుని వలన కలుగుతుంది. జైలు శిక్షను సంతోషంగా అంగీకరించడానికి సిద్ధంగా ఉన్నాను. ఏడేళ్ళు జైలు నాకు విధించబడిందని చెప్పారు. అది నాకివ్వండి. మళ్ళా ఆలోచించడానికి గడువు అవసరం లేదు. నాకెంతో ఆనందాన్నిచ్చిన దేవుణ్ణి నేను కాదనను. ఆయనను కేవలం స్తుతించగలను, అంతే."

మారుమాట పలకకుండా డాల్టావ్ కావలివానివైపు చూసి తలూపాడు. మాల్సిన్‌కు కడుపులో మండింది. గాని ఎలాగో దాన్ని అణచుకున్నాడు. కాస్త ఓపిక పట్టాలి. వన్యాలో కనిపించే ప్రశాంతత తనకు కోపం పుట్టించేదిగా ఉన్నప్పటికీ అంతా అనుకొన్నట్టే జరుగుతూ ఉంది. ఆ గది వెనుక భాగంలో చిన్న బల్లచుట్టూ కూర్చుని గమనిస్తున్న కె.జి.బి. భద్రతా సభ్యులకు సైగచేసి ఓ కుర్చీ చేతపట్టుకొని వెళ్ళి, వారి దగ్గర కూర్చున్నాడు మాల్సిన్. సన్నగా నవ్వుతూ స్నేహభావం చూపించడానికి ప్రయత్నించాడు. "కామ్రేడ్స్, అంతా మన ప్లాన్ ప్రకారమే జరుగుతుంది. తనకవసరమైనంత సమయం గడిపేలా ఇప్పుడతణ్ణి జైలు భద్రతా సంఘాల దగ్గరకు పంపిస్తున్నాం" అన్నాడు.

147

అధ్యాయం 13

"మరణం వృద్ధులకు కాదు, చావు మూడినవారికే"

తనకు ముందున్నదేమిటో రానురాను వన్యాకు తెలిసిపోతుంది. తన ఉద్దేశాలు మార్చుకోకపోతే జైలు శిక్ష పడుతుందని పదే పదే ట్రిబ్యునల్ భయపెడుతూ, తాను మారేందుకు అంగీకరించనపుడు ఆ చివరి ఘట్టాన్ని ఇంకాస్త జరిపి గడువిస్తున్నారు. "నేనెక్కడ ఉన్నా, ఏ పట్టణంలోనైనా, మిలటరీ స్థావరంలోను, అధికార్లకు, సైనికులకు కూడా సువార్తను అందించమని యేసుక్రీస్తు నాకు ఆజ్ఞ ఇచ్చాడు. సాధ్యమైనంత మట్టుకు ఆయన ఆజ్ఞ చొప్పున నేను చేయాలి" అన్నాడు వన్యా. అయినా శిక్ష మాత్రం విధించబడలేదు.

తనను జైలుకు పంపిస్తే తన యూనిట్‌లోని సైనికులు ఏమి చేస్తారోనన్న అనుమానంతో ఆలస్యం చేస్తున్నారని మొదట అనుకొన్నాడు. ఎందుకంటే చాలామంది సైనికులు ప్రభువునందు విశ్వసించారు. ఇంకా చాలామంది తాము అద్భుతాలు జరగడం చూశామనీ, దేవుడనేవాడున్నాడు అని బహిరంగంగా చెబుతున్నారు. సెర్గెయ్ కూడా తన స్వంత యూనిట్‌లో సాక్ష్యం ఇస్తున్నందున సైనికుల అందరి దృష్టీ అతనిమీదే. ప్రార్థించమనీ, బోధించమనీ అతణ్ణి అడుగుతుంటారు. సైనికులు అతణ్ణి పిలిచి ప్రశ్నించడం, అతడు వాక్యాభాగాన్ని చదవడం లాంటివి జరుగుతున్నాయి. వన్యా మూలిగాడు. సెర్గెయ్‌ని చూడాలనే కోరిక కలిగింది. చాలాసార్లు సెర్గెయ్‌ని కలుసుకోగలిగేలా అతడు తన దగ్గరకు రప్పించబడాలని కోరాడు. కాని తరచుగా అతని గదులు, కావలివారు మారుతుండడం వల్ల ఆ కోరిక ఆఫీసర్ల వరకూ వెళ్ళి ఉండదని తలంచాడు. సెర్గెతోపాటు మరికొందరు సైనికులు కూడా అతనికోసం ప్రార్థిస్తుంటారని వన్యాకు తెలుసు. కాని

అధికారులు వారి విషయాలు పట్టించుకోరనేది ఇప్పుడు వన్యా గ్రహించు కొన్నాడు. సాధారణంగా ఒక తీర్పు విధించబడిన తరువాత మూకుమ్మడిగా అరెస్టులు చేయడం పరిపాటి.

అనేకసార్లు దేవుడు అతనితో చెప్పాడు. "యేసుక్రీస్తు యుద్ధం జరిగించ బోతున్నాడు" అని. ఆ సంగతి తెలుసు. సెలవు నుండి తిరిగివచ్చాక ఇప్పటివరకూ ప్రతిదినమూ యుద్ధమేగదా! ఈ క్రొత్త గదిలో నేలపైన గుంటల్లో నీళ్ళున్నాయి. గాలి మురికిగా ఉంది. ఉదయకాల ఆహారంగా రొట్టె ఇవ్వబడలేదు. ఇదొక పోరాటం కాదా! అతని భయాలతోనూ, సామాన్యంగా జీవించాలనే కోరికతోనూ, జరిగేది తెలియక ఆందోళనతోనూ ప్రతినిత్యం పోరాడడంలేదా? పదేపదే భయపెట్టబడుతూ, ఆఫీసర్లతో మాట్లాడుతూ, ప్రశ్నించబడుతూ, చివరి గడువులతో, ఒక జైలు నుండి మరొక జైలుకు పంపించబడడం ఇవన్నీ సహించడం లేదా? కావలివారికి, ప్రశ్నించేవారికి సాక్ష్యమివ్వడం లేదా? కాని ఈ పోరాటం చెరసాలకే పరిమితం కాదు. ఇంకా ఇంకా ఎలా కొనసాగుతుందో తెలీదు.

ఖైదులో తానున్న గుహలాంటి గది తడిగా ఉంది. దాంట్లో పడక కూడా లేదు. స్వెర్ట్‌లోవ్స్క ఖైదులో సంవత్సరం క్రితం కడుపులో కాళ్ళు పెట్టుకుని పండుకొన్న చిన్న గది గుర్తుకొచ్చింది. అక్కడ జరిగిన విషయాలు – పైనుండి మంచునీరు ప్రవహిస్తున్న గది, దాని తరువాత గడ్డకట్టించిన గది, ఆ తరువాత ఒత్తిడి దుస్తులవల్ల పడిన వేదన, అవన్నీ పీడకలలా గుర్తు చేసుకొని గజగజలాడాడు. "యేసుక్రీస్తు యుద్ధం చేయబోతున్నాడు." ఆ మాటలు పదేపదే తన మనసులో మెదిలేసరికి తనలో ఎవరో అదృశ్యవ్యక్తి ఉన్నట్టు అతని మూర్తి అతణ్ణి నింపేసి పూర్తిగా మేలుకొల్పింది. అతని హృదయంలో పుట్టిన ఆనందం అతనిలో వెట్ట పుట్టించి కాల్చి,ఆ నీళ్ళలో మోకరింపజేసింది. "నా కోసం నీవు యుద్ధం చేయబోతున్నావు. అందుచేత కలవరపడొద్దు. నేను నీకు తోడుగా ఉన్నాను. నేను లోకాన్ని జయించాను." "యేసుక్రీస్తు యుద్ధం చేయబోతున్నాడు! ఆయన లోకాన్ని

జయించాడు." వన్యా కూడా తప్పక జయిస్తాడు. అతని అనుమానాలు తీరిపోయాయి. జైలు శిక్షా ఉండదు, విడుదల కూడా ఉండదు. కన్నీళ్ళతో వన్యా ముఖం తడిచిపోయింది. తిమ్మిరెక్కించే ఆ స్థలంలో వంగగలిగినంత వరకూ వంగి ఏడ్చాడు, ఆరాధించాడు.

పచార్లు చేస్తున్న కావలి ఆసక్తిగా గదిలోకి చూశాడు. ట్రిబ్యునల్‌కు చెప్పవలసిన విషయం అది. పెన్సిల్ తీసికొని పుస్తకంలో వ్రాసుకొన్నాడు. వన్యా నీళ్ళలో పడి ఏడుస్తున్నాడు. ఇది మంచి సూచన అనుకొన్నాడు కావలి. ఇక తొందర్లో ఈ యువకుడు లొంగిపోవచ్చు.

ఇంకా సంగతులు పొడిగించడం దుశ్శక్యమే. దానికేదో కొత్త పేరు పెట్టారు గాని, దాన్ని హింస అంటే సరిపోతుంది.

పది రోజులుగా ఆ హింసను, వేదనను అనుభవించి చివరికి తనను తీసుకోమంటూ ప్రభువు వాగ్దానం ప్రకారం శ్రమ నుండి విడిపించమని తీవ్రతతో ప్రార్థించాడు. ఇంక ప్రశ్నలతో పొడిగించడానికి ట్రిబ్యునల్ అంగీకరించలేదు. వాళ్ళిచ్చిన రిపోర్టుతో మండిపడుతూ ప్రక్కనే నిలబడ్డాడు మాల్సిన్. "బలవంతపెట్టే ధోరణివల్ల ప్రయోజనం లేదనేది మా తీర్పు. వెంటనే శిక్ష విధించాలి. ఈ ఖైదీని పంపించేయాలి. భద్రతా ప్రయత్నాల వల్ల విపరీత పరిణామాలు సంభవించే ప్రమాదం ఉంది." ఇంకోలా చెప్పాలంటే ఇంకా ఈ పద్ధతులు కొనసాగాలంటే దాని ఫలితం సింఫర్‌పూల్ ట్రిబ్యునల్‌కు సంబంధించినది కాక, కె.జి.బి. వారి బాధ్యత ఉండేలా చేయాలి. కాని అది మాల్సిన్ ఉద్దేశించినది కాదు. అతనికి పెద్ద తలనొప్పి వచ్చింది. ఇంతవరకూ అన్నీ అతి జాగ్రత్తగా పన్నాడు. లొంగని వన్యాతో స్థావరానికి వెళ్ళడమనేది అతని ఉద్దేశం కాదు.

జైలులోని కాఫీ కొట్టు ఎంతో మురికిగా ఉంది. ఉన్న కొద్ది బల్లలు మురికితో నిండి, బంకగా మురిగిపోతున్న గుడ్డల వాసనతో ఉన్నాయి. చిక్కని కాఫీని ఒక రేకు గరిటెతో కలుపుకుంటూ మద్యం కూడా ఉంటే బావుండేదనుకొన్నాడు మాల్సిన్. కె.జి.బి. వారు వన్యాను తీసుకొని

కెర్చిలోని కార్యాలయానికి తీసికెళ్ళి ఈ తతంగం అంతా తిరగదోడాలని ఉద్దేశిస్తున్నారు. వాళ్ళకప్పగించివేయడమే ఉత్తమమేమో. భద్రతాదళంవారికి అవసరం లేని న్యాయాన్యాయ నిర్ణయ యోగ్యత మిలటరీ ట్రిబ్యునల్‌కు ఉండాలి. కె.జి.బి. వారు నిర్మాణాత్మకంగా పనిచేయడం కోసం సామాన్య ప్రజల భద్రత అవసరమైనప్పుడు న్యాయస్థానాలకు విరోధంగా పనిచేయ వచ్చునన్న ఆదేశం ఉంది. బరువుగా లేచి నిలబడ్డాడు మాల్సిన్. తలనొప్పి విపరీతంగా చంపేస్తుంది.

*　*　*　*　*

కెర్చికి తిరిగి వెళ్ళాలంటే కావలసిన ఆరోగ్యం పొందడానికే వన్యాకు కొన్ని రోజులు పట్టింది. కెర్చిలో ప్రత్యేక స్థానంలో అతణ్ణి ఉంచారు. సాధ్యమైనంతవరకూ అతి సామాన్యంగా కనిపించడానికి ఆతుర పడుతున్నాడు మాల్సిన్. పట్టీలో చేరినవారితో ఎలాంటి సంఘటనలు రాకూడదు. తలనొప్పి విడిచిపెట్టకపోయినా గానీ బహు జాగ్రత్తతో తన ఉద్దేశాన్ని కొనసాగిస్తున్నాడు మాల్సిన్.

ఏదో మధ్యరాత్రిలో తలనొప్పి ప్రారంభమైనట్టు గుర్తుంది. సింఫర్ పూల్‌లో వన్యాను ప్రశ్నిస్తున్న వ్యక్తి వన్యా పాదాన్ని గడ్డకట్టించే ఐస్ యంత్రంలో పెట్టాడు. అదొక అనవసర కార్యం. అలా వన్యాను హెచ్చరించే విధానాలు మాల్సిన్‌కు గిట్టవు. వన్యాను పూర్తిగా దాంట్లో పెట్టేసి ఉండాల్సింది. ఇప్పటికే బలహీనమైన వన్యా దేహం అతి శీతలాన్ని తట్టుకోలేదు. అయినా ఇంకా అది బలంగా పనిచేస్తుంది. కాని కాలు మాత్రం దాంట్లో పెట్టడం వలన అతనికి అసాధారణమైన చలిని భరించగల శక్తి ఉందని ఊహించిన విషయం మాత్రం నిజమని తేలింది. ఎవరైనా ఆ సమయంలో బాధతో అరవాల్సిందే. కాని అతడు అరవలేదు. కొద్దిగా బాధగా ఉన్నదన్నాడు. ఆ బాధలో వన్యా వడిగా చేసిన ప్రార్థన మాల్సిన్‌ను వెర్రెత్తిస్తుంది. అతని పాదం ఐస్ గడ్డలా బిగుసుకుపోయింది. ఆ యంత్రం

మామూలుగానే పనిచేస్తుందనీ, గడ్డ కట్టిస్తుందనీ ఆ ప్రశ్నించిన వ్యక్తి గట్టిగా చెప్పాడు. అప్పటికే క్షీణించి ఉన్నాగానీ, ఈ విషయాన్ని కూడా మరియొక అద్భుతంగా మార్చేశాడు వన్యా. దేవుడే తన ప్రార్థనా ఫలితంగా పాదాన్ని బాగుచేశాడు. ప్రశ్నించిన వ్యక్తి ముఖంలో కనిపించిన భయం చూసేసరికి మాల్సిన్‌కు పైశాచికమైన తలనొప్పి ప్రారంభమైంది. బాగా పనిచేయాలని త్వరత్వరగా మద్యం త్రాగేశాడు.

వన్యాకు చివరి గడువిచ్చాడు. అది రేపే. చీకట్లో మళ్ళా ఆ పానీయం తీసుకున్నాడు. త్వరగా ఇంటికి గెలీనా దగ్గరకు, చిన్న కుమారుడు నాషా దగ్గరకు వెళ్తాడు. అక్కడికి వెళ్తే చికాకంతా పోతుంది. గెలీనా సంతోషిస్తుంది. అలా ఆలోచిస్తూ కలత నిద్రలోకి జారుకున్నాడు.

* * * * *

జూలై 16వ తేదీ ఉదయమంతా యుగోస్లేవియా దేశం నుండి పంపబడ్డ పార్టీ అధికారులతో మాల్సిన్ గడిపేయాల్సి వచ్చింది. ఇంకా పెద్ద అధికారులెవరన్నా ఆ విషయం చూసుకుంటారనుకున్నాడు. గాని ఒడెస్సా నుండి వచ్చిన ఆదేశాలలో లెఫ్టినెంట్ కొలొనెల్ మాల్సిన్ కెర్చిలో సగౌరవంగా ఆ బృందానికి ఆ స్థావరంలోని విషయాలన్నీ చూపాలని వ్రాయబడింది. అందుచేత తనకు ఇష్టం లేకపోయినా ఉదయమంతా వన్యాను స్వేచ్ఛగా వదిలేసి మిలటరీ శిక్షణా పద్ధతులు, రాజకీయ విజ్ఞాన కార్యక్రమాలు మొదలైన విషయాలు వారికి చెప్పడంతోనే గడిచిపోయింది. అది అతనికి చాలా చీకాకు కలిగించింది. తన ఎత్తుగడలు అన్నీ భగ్నం అయిపోయాయి.

ఈవేళతో గడుపు ముగుస్తుంది. ఈవేళ వన్యా లొంగిపోయే వరకూ ఒత్తిడి చేస్తారు. ఈ యుగొస్లేవియన్ల మీద మనసును కేంద్రీకరించడం మాల్సిన్‌కు కష్టంగా ఉంది. ఈ స్థావరపు సాంస్కృతిక భవనంలోని ఆడిటోరియంలో సైనికులందర్నీ పిలిపించి, వారి సమక్షంలో వన్యాను

దీనంగా నిలువబెట్టిన తన మత సంబంధమైన దృక్పథాన్ని వదిలిపెట్టి సోవియట్ వ్యతిరేక కార్యక్రమాలను జరిగించినట్లు ఒప్పుకొనేలా చేయాలనే విజయాతిశయం అతని మనసును వేగిరపరుస్తుంది. అప్పుడు చూడాలి అతని విశ్వాసాన్ని అంగీకరించిన ఇతర సైనికులు తమ నాయకుణ్ణి! అప్పుడు బహుశా వన్యా క్షమాభిక్ష కోసం అర్థించి, తాను తప్పులోకి నడిపించినవారిని సక్రమ మార్గంలోకి నడపడానికి అవకాశమిమ్మని బహుశా అర్థిస్తాడు. అప్పుడు ఆ రిపోర్టు చూసి డాలటావ్ తనను బాగా అభినందిస్తాడు. అధికారులతో తిరుగుతున్నా తన ఆలోచనలు ఈ విధంగా సతమతపరుస్తున్నాయి. "అత్యవసరమైన పని" ఉందని చెప్పి ఎలాగో మధ్యాహ్నానికి యుగొస్లేవియన్లకు సెలవు చెప్పి తప్పించుకొన్నాడు. కె.జి.బి. ఆఫీసర్లు ఉదయమంతా మాల్సిన్ ఆఫీసులోనే అతని కోసం కనిపెట్టారు. వాళ్ళంతా నెమ్మదిగా ఉండడం అతనికి ఆశ్చర్యం కలిగించింది. ఇప్పుడింక సమయం లేనందువల్ల తానొక చక్కటి ప్లాను వేశాడు. దానిలోని ప్రతి అంశమూ ఆలోచనాపూర్వకంగానే చేయబడింది. అన్నీ రహస్యంగా జరగడానికి సింఫర్‌పూల్‌లో అనుసరించబడ్డ విధానమే ఇక్కడ కెర్చిలో కూడా అనుసరిస్తారు. వన్యా యూనిట్‌లోని సైనికులలో ఎలాంటి గుసగుసలు గాని, గమనించడం లాంటివి గాని జరగకూడదు.

ఏదో పనిమీద మామూలుగా వెళ్తున్నట్టే పట్టణంలోని కె.జి.బి. ప్రధాన కార్యాలయానికి వన్యాను డ్రైవరుగా తీసుకొని వెళ్ళాడు. మాల్సిన్, తక్కిన పౌర భద్రతా అధికారులు ఏదో మిషతో స్థావరాన్ని వదిలి వెళ్ళారు. అతి కఠినమైన పద్ధతులు అవలంభించవలసి రావడం దురదృష్టకరం. కాని దాని అంతం, అంటే - మనుష్యుల మనస్సులు శుద్ధి చేయడం పవిత్రమైన సోషలిజం నిర్మించడం. అలాంటి వాటికోసం ఈ పద్ధతులు అవలంభించక తప్పదు. ఆ విషయంలో కె.జి.బి. వారు ఆరితేరినవారు. గడియారం వైపు చూసుకొని కారు సిద్ధంగా ఉంచమని ఫోన్ చేశాడు. ఇంక కొద్ది నిమిషాలలో భద్రతా పోలీసులతో సౌండ్‌ప్రూఫ్

కార్యాలయంలో ఉంటాడు వన్యా. ఏమైనా అతడు ఈవేళ లొంగిపోతాడు.

* * * * *

ఎందుకోగాని వన్యా లొంగిపోవడం కంటే మరణాన్నే కోరుకుంటాడని తట్టలేదు మాల్సిన్‌కు. ఆ సంగతి తన ఉద్దేశంలో లేదు. అతని మరణం కె.జి.బి. వారికి ఏమీ పట్టింపు లేదు. ఒకవేళ అది జరగవచ్చని వాళ్ళను కొన్నారు. కాని మాల్సిన్‌కైతే ఆ పైశాచిక అంతం అతని విజయాన్ని గూర్చిన ఊహలను తుడిచి పారేసింది.

ఆ ఆవేశపూరితమైన మధ్యాహ్నపు వేళలో విపరీతంగా చెమటలు పోస్తున్నాయి. మాల్సిన్‌కు భయంతో నోరెండిపోగా జూలై కాలపు వేడికి బదులుగా అతడు చలితో వణికిపోతున్నాడు. ఆ శబ్దరహితమైన గదిలో నేలమీద అచేతనంగా పడి ఉన్న వన్యా శరీరం వైపు నమ్మలేకుండా చూస్తున్నాడు. దీని విషయమై విశదీకరణలు, రిపోర్టులు తయారుచేయాలి. తల్లిదండ్రులకు వర్తమానం పంపాలి. అతని యూనిట్‌లోని సైనికుల్ని తృప్తిపరచాలి. సెర్గెయ్ అనే విశ్వాసిని బందీ చేయొచ్చు గాని వన్యా యూనిట్‌లోని సైనికులకు అతని మరణాన్నిగూర్చి ఎలా విశదపరచాలి?

కె.జి.బి. వారు నెమ్మదిగా ఆ గది శుభ్రం చేస్తున్నారు. తన వణుకుని ఆపుకోవడానికి ప్రయత్నిస్తూ చేతులు గుండెలపై మడచి లేచి తిన్నగా నిలబడ్డాడు మాల్సిన్. కూర్చోవాలనిపిస్తుంది, పడుకోవాలనిపిస్తుంది. జరిగిన తప్పు తెలుసుకొని సమర్ధించగలిగితే బాగుండేది. అతని మూలుగులు, ప్రార్థనలు నిమ్మళించకముందు అతడు చెప్పిన విషయం మళ్ళా వినగలిగితే బావుండేది. "క్రీస్తు పాపులనందరినీ ప్రేమిస్తున్నాడు" అదేనా అన్నాడు?

వన్యా గుండెచుట్టూ చేయబడిన గాయాల నుండి చిన్న చిన్న రక్తపు బొట్లు ప్రవహిస్తున్నాయి.అతడింకా చావలేదు కాబట్టి అది ప్రమాదవశాత్తూ జరిగిందని నిరూపించడానికి మార్గం వెదకాలని కె.జి.బి. వాళ్ళన్నారు.

మాల్సిన్‌ను ప్రారంభం నుండి ఒక చేతగానివానిగా పరిగణించారు. తప్పుకోమని అతణ్ణి త్రోసి గబగబా వన్యా శరీరాన్ని ఓ దుప్పట్లో చుట్టారు. నాలాంటి తలనొప్పికి తప్పక ఒక డాక్టరు కావాలి. తల పట్టుకొని కూర్చున్నాడు మాల్సిన్. వన్యా సముద్రంలో మునిగి చనిపోయినట్లు కె.జి.బి. వాళ్ళు అతణ్ణి సముద్రంలో పారేయడం మంచిది. నల్ల సముద్రం అతి చేరువలో ఉంది కూడా. తలపోటు తగ్గితే బావుండును. వన్యా ఆఖరు మాటలు మళ్ళీ మనసులో మెదులుతున్నాయి....

☆ ☆ ☆

అధ్యాయం 14

"తిన్నదైనదాన్ని మరింత తిన్నగా చేయలేం"

ఆ భయంకరమైన టెలిగ్రాం చేత పట్టుకొన్నప్పటినుంచి జోహన్న ఏడవ కూడదని నిశ్చయించుకుంది. ఆ వార్త తనలో దూసుకుపోయిన తుపాకీ గుండులా తన బలాన్ని హరించివేసింది. కాబట్టి మిగిలిన ఆ కాస్త బలాన్ని ఏడ్వడంలో నష్టపోకూడదనుకొంది. తెల్లబారిన ముఖంతో పొలంలో పనిచేస్తున్న భర్త దగ్గరికి ఓ చిన్న బిడ్డను పంపింది. ఇంకో కొడుకు కూడా మొదటివానిలాగే భయపడిపోయి పొలం డైరెక్టరు దగ్గరికి, మా అమ్మ ఈవేళ పనిలోకి రాదని చెప్పడానికి వెళ్ళాడు. ఆలోచించాలని ప్రయత్నించింది జోహన్న. వన్యా దేహాన్ని వాళ్ళు తీసుకోడానికి ఏర్పాటు చేయవలసి ఉంది. కెర్చికి ఆ దీర్ఘమైన ప్రయాణం చేస్తున్నప్పుడామె కళ్ళు పొడిగా ఉన్నాయి. ఆ భయంకరమైన ఎండ వేడిమిలో దూసుకుపోతున్న రైలుకు ఇరుప్రక్కల ఉన్న పొలాలు వెచ్చబడుతున్నాయి. ఆ కాంతిలో మెరుస్తున్న భూభాగం వైపు సిమియోను అంతసేపూ ఎలా చూడగలుగుతున్నాడని ఆశ్చర్యమేసింది.

ఆ ఏర్పాట్లు చూసే విషయంలో సహాయం చేసేందుకు పెద్ద కొడుకు సిమియోను రావడం బాగానే ఉంది గాని వాడు రాకుండా ఇంటి దగ్గరే ఉంటే బాగుండేది. హృదయం బాధతో పగిలిపోతుంటే భర్తతో స్వేచ్ఛగా మాట్లాడలేక పోవడం బహు భయంకరంగా ఉంది. సముద్రంలో మునిగి చనిపోవడం సాధ్యమేనని టెలిగ్రాంను పూర్తిగా విశ్వసించాడు సిమియోను. కదిలిపోతున్న ఆ పల్లెలవైపు చూస్తున్నప్పుడు వేదనతో కూడిన ప్రశ్నలు తిరిగి తిరిగి వేస్తున్నాడు. "చుట్టూ మిగిలిన కామ్రేడ్స్ ఉండగా ఎలా మునిగిపోయాడు? ఒడ్డుకు తీసి తిరిగి జీవించేలా ఎందుకు

చేయలేదు? అంత అర్థరహితంగా ఆ ప్రమాదం ఎలా సంభవించింది?"

నిస్సహాయకరమైన కోపంతో అలాంటి సమయాల్లో తన భర్తవైపు తేరిచూసింది జోహన్న. వాలంత్రీవోకా నుండి వెళ్ళిన ఓ పల్లె కుర్రాడు ఈదడం నేర్చుకొనే అవకాశం ఎక్కడుంది? వన్యా ఈదలేడని ఇంట్లో అందరికీ తెలుసు. ఏ ఉత్తరాలు లేకపోయినా, జరుగుతున్న విషయాలు తెలియజేస్తూ సెలవులకు ఇంటికి రాకపోయినా గాని అతడు సముద్రంలో మునిగి మరణించాడన్న విషయం సరికాదని అందరూ అంగీకరించి ఉండేవారు.

పెద్ద పట్టణమైన కెర్చిలోని సముద్ర ప్రాంతపు వీధులు సముద్ర ప్రయాణీకులతోనూ, సైనికులతోనూ నిండి ఉండడం చూసి ఆశ్చర్యపడింది జోహన్న. ఆ పట్టణపు గాలి ప్రయాణ వాహనాల చప్పుడుతోనూ, సీగల్స్ అనే సముద్ర పక్షుల కేకలతోనూ, చేపల వాసనతోనూ నిండి ఉంది. నల్లని వస్త్రాలు, నల్లని చేతిగుడ్డలతో ఉక్కబోస్తుంటే ఆమె ముఖం కందిపోయింది. మిలటరీ స్థావరానికి వారు వెళ్ళాల్సిన బస్సుస్టాపు వైపు ఐస్క్రీం అమ్మేవాడు త్రోవ చూపిస్తుంటే ఆమెకంటే ఆమె భర్త, కొడుకు ఆ క్రిక్కిరిసిన వీధుల్లో తేలికగా కదలిపోతున్నారు.

కొలొనెల్ మాల్సిన్‌ను కలుస్తామని వారు అనుకోలేదు. ఆయన తన గదిలో మాట్లాడుతున్నప్పుడు ఆమె మనసు వ్యధతో కృంగిపోతుంటే అలాగే భర్త చేతిని గట్టిగా పట్టుకొంది. వన్యా తల్లిదండ్రులకు టీ ఇచ్చారు. కొన్ని అధికార సంబంధమైన విషయాలు చక్కబెట్టాల్సి ఉంది. ఆ విషయంలో తమ పెద్ద కుమారుడు సిమియోను సహాయకరంగా ఉంటాడు. దుఃఖంలో ఉన్న తల్లిదండ్రులకు ఏ విధమైన భారం పెట్టకూడదని సైన్యంవారు తలుస్తున్నారు. "ఇది భయంకరమైన హఠాత్సంఘటన" అన్నాడు మాల్సిన్.

అది కొలొనెల్‌ని కూడ చలింపజేయ గలిగినంతటి హఠాన్మరణంలా ఉంది. అతని వణుకుతున్న చేతుల్ని ముడుచుకొనిపోయిన ముఖాన్ని

చూస్తుంటే జోహన్నకు ఆశ్చర్యం వేసింది. సిమియోనుతో కరచాలనం చేసినపుడు అది మామూలుగా మర్యాద కోసం చేసినట్లుగా కనిపించాలని బహుగా ప్రయత్నించాడు. మాల్టేవియాలో మువరాల్స్కిలో కంసోమాల్ సభ్యుడు సిమియోను. చాలా బావుంది. ఓ సుపుత్రుడు. అతడు మిలటరీ వాళ్ళ ఏర్పాట్లతో సహాయకారిగా ఉండడం మాత్రమే కాక, ఆ దీర్ఘ ప్రయాణానంతరం తన తల్లిదండ్రులు విశ్రాంతి తీసుకొనేలా సహాయపడతాడు. సిమియోనుతో కలిసి తన ఆఫీసువైపు కాస్తదూరం వెళ్ళాడు మాల్సిన్. వెనక్కి వచ్చి అనుమానాస్పదంగా నిలబడ్డాడు. ఓ క్షణం ఆగి అక్కడ ఆఫీసు బైటనున్న కుర్చీలవైపు చూపించాడు. ఆందోళనతోనే జోహన్న భర్త ప్రక్కగా కూర్చుంది. అలసట వల్ల, పొగత్రాగడం వల్ల మాల్సిన్ గొంతు బొంగురుపోయింది.

అతని మాటలు విని అతని రష్యా భాషను అర్థం చేసుకోవడం జోహన్నకి కష్టమైపోతుంది. కాలుతున్న సిగరెట్టు అతని చేతిలో పొగ రాజుతుంది. "కామ్రేడ్స్, వాసిలీ, జోహన్న మోషియేవ్ మీరు తెలుసుకోవలసిన విషయం ఒకటుంది" ఇంకా స్వరం తగ్గించి ఆగి ఆగి మాట్లాడాడు, "మీ కుమారుడు చనిపోయినప్పుడు నేను ఉన్నాను. అతడు మరణంతో పెనుగులాడాడు. కష్టంగా చనిపోయాడు. కాని క్రైస్తవుడుగా చనిపోయాడు." మతి స్థిమితం లేని జోహన్న కొలొనెల్ వైపు చూసింది. ఆమెకు అర్థమయ్యాయా ఆ మాటలు? ఎర్రసైన్యంలో ఉన్న ఒక ఆఫీసరు చెప్పదగిన మాటలేనా అవి? ఆమె భర్త స్థిరమైన మాటలు నిశ్శబ్దాన్ని చీల్చాయి. "ఆ విషయం చెప్పినందుకు వందనాలు. ఆ విషయంలో మాకు మాత్రం ఎలాంటి అనుమానం లేదు. ప్రభువు మరణం వరకూ నమ్మదగినవాడు."

మాల్సిన్ వెనుదిరిగి అసౌఖ్యంగా తన ఆఫీసులోకి వెళ్ళాడు. అతనిలో ఏదో జరుగుతోంది. వన్యా విషయం మాట్లాడాల్సిన అవసరం తనకేమొచ్చి అలా చెప్పాడు? అతడు సముద్రంలో మునిగిపోయాడు. ఆ విషయాన్నే చెప్పి ఉండాల్సింది అంతే. ఇంటికెళ్ళిన తరువాత విషయాలన్నీ గెలీనాకు

చెప్పుకుంటే తన మనసు కాస్త కుదుటబడుతుంది. ఆఫీసు తలుపు మూసి సిమియోను వైపు చూశాడు. యువజన కమ్యూనిస్టు బృందంలో సభ్యుడుగా అతని రాజభక్తి దేన్లో ఉన్నదో తెలిసిపోతుంది. అతని బాధ్యతలను అతడు పూర్తిగా అర్థం చేసుకొనేలా చేయాలి. గట్టిగా గాలి పీల్చుకొని ఇంకో సిగరెట్టు ముట్టించాడు మాల్సిన్.

* * * * *

వాలంట్రిపోకాకు తిరిగి వస్తున్నప్పుడు కొంచెం తెరిచి ఉన్న రైలు కిటికీలోంచి వేడిగాలి వస్తుంది. తమ పెద్ద కుమారుడు సిమియోను మాల్సిన్‌తో అంత సమయం గడిపి, వన్యా మరణాన్ని గూర్చి గానీ, శవాన్ని గూర్చిన వివరాలు గానీ చెప్పకపోవడం జోహన్నకు ఆశ్చర్యమనిపించలేదు. రైలులో ఉన్న లైట్లవల్ల కిటికీల అద్దాల్లో కనిపిస్తుండే కొడుకు ప్రతిబింబంవైపు నిదానించి చూసింది జోహన్న. బయట నల్లని ఆకాశంలో ఉన్న చంద్రరేఖ అతని తలకుపైగా కొడవలిలా కనిపిస్తుంది. సెలవు దినాలు గడిపి అలసిపోయిన వారితో రైలుపెట్టె నిండిపోయి ఉంది. వాళ్ళలో కొందరు నిద్రలో జోగుతున్నారు. మరికొందరు వారు తెచ్చుకొన్న పొట్లాలలోనుంచి ఆహార పదార్థాలు ఒకరికొకరు పంచుకొంటున్నారు. సిమియోను మాత్రం నిటారుగా కూర్చుని కిటికీ వెలుపల ఆవరించిన రాత్రివైపు చూస్తున్నాడు. అతనిలో ఎక్కడా చలనం లేదు.

ఆ రాత్రిలో ఒకసారి మాత్రమే కిటికీనుంచి తల త్రిప్పి తన తల్లిదండ్రుల వైపు దీర్ఘంగా చూశాడు. ప్రార్థన చేయడానికి ముందుకు వంగి ఉన్న తండ్రి మీద అతని చూపులు నిలిచాయి. ఏమీ మాట్లాడకుండా తల్లివైపు తిరిగి ఒక్క క్షణంలో తిరిగి కిటికీవైపు తిరిగిపోయాడు. ఎక్కడో తలుపు మూసినలాంటి శబ్దం వినిపించింది. జోహన్న తిరిగి రైలుపెట్టె తలుపు వైపు చూసింది. అకస్మాత్తుగా ఆ తలుపు మూసుకుందా? అది

తన ఊహ మాత్రమే. తలుపు మూసుకొన్నది సిమియోను హృదయంలో. వన్యా చనిపోయి దూరమయ్యాడు. కాని సిమియోను బ్రతికి ఉండే చనిపోయాడు. నాస్తికత్వం అతణ్ణి ఇంకా ఇంకా తమకు దూరం చేస్తోంది. చివరికి నిస్సహాయంగా ఏడ్వడం ప్రారంభించింది.

* * * * *

తెరచిన పెట్టెలో పెట్టిన శవాన్ని ఆచార ప్రకారంగా వీధుల గుండా త్రిప్పుతారు. అంత్యక్రియల కోసం వన్యా శవాన్ని వారు సిద్ధం చేస్తుండగా క్రిక్కిరిసిన గదిలో మరో ప్రక్క జోహన్న ఏడుస్తూ ఉంది. బరువైన ఆ శవాన్ని ఎత్తి సాధారణమైన దుస్తులు ధరించడం కోసం పాస్టర్లు నిశ్శబ్దంగా పనిచేస్తుండగా గాలిలో కెమేరాలు తళుక్కున మెరుస్తున్నాయి. సైన్యంవారు అతనికి చేసినవాటిని ఫొటోలు తీసి మాత్రం ఏమి ప్రయోజనం? తన ప్రక్కనున్న సహోదరి తన నోటికందించిన గ్లాసులోనుంచి నీళ్ళు త్రాగాలని ప్రయత్నించి మళ్ళీ దాన్ని దూరంగా నెట్టేసింది జోహన్న. ఎవరో తన ముఖం తుడిచారు.

బాధగానున్న కండ్లను మూసుకుంది జోహన్న. సహోదరులు వన్యా యూనిఫారం దుస్తులు ప్రోగుచేసి పెట్టెలో ఉంచే పూలను తీసుకొని రమ్మని సహోదరీలకు సంజ్ఞ చేశారు. కాగితాలు కదిపిన శబ్దానికి అప్రయత్నంగా ఆమె కళ్ళు తెరుచుకున్నాయి. ఒక కాగితం ఆమె ముందుకు తేబడింది. అక్కడివారంతా సంతకం చేయడం కోసం వాసిలీ ఒక కాగితంమీద ఏదో వ్రాయడం ఆమెకు గుర్తుంది. 'అకస్మాత్తుగా ఆక్సిజన్ లభించక' చనిపోయాడని ఆఫీసరు ప్లాటనోవ్ ఇచ్చిన సర్టిఫికెట్‌ను తన కుమారుని శవానికి ఎలాంటి సంబంధం లేదని సాక్ష్యాలతో సహా ఋజువు చేయాలని తండ్రి వాసిలీ వాఙ్మూలం తయారుచేశాడు. ఆ శవంమీద ఉన్న బొబ్బలు, పొడవబడిన గాయాలు, దెబ్బలు కొట్టి కందిన మచ్చలు పూడ్చిపెట్టక ముందుగానే పరీక్షించబడాలి. కాని మాల్దేవియాలోని వారంతా సంతకం

చేసినా గాని దాన్ని నమ్మడానికి సాహసించేవారెవరు? మృదువుగా ఆమెను పిలుస్తూ వాసిలీ ముందుకు వంగాడు. అతని సంతకం క్రిందుగా తన సంతకం పెట్టింది. ఆ కాగితం పట్టుకొని వాసిలీ ఆ గది అంతా తిరగడం నిశ్చలంగా చూసింది. విశ్వాసులతో మాత్రమే గాక ఆ గదిలోని ఇరుగు పొరుగు వారితో కూడ సంతకాలు చేయించాడు.

ఎవ్వరూ చెప్పకుండానే విశ్వాసులు పాడడం ప్రారంభించారు. ఆమెతో కూర్చున్న సహోదరీల సహాయంతో జోహన్న పైకి లేచింది. "పరదేశులమో ప్రియులారా మన పురమిది కాదు" అన్న పాట ఆ ప్రదేశాన్నంతటినీ నింపివేసింది. ఆ గ్రామస్థులు అనేకమంది ఇప్పటికే ఆ చిన్నగదిలో మూగారు. మరికొందరు ఇంటి బయట, పెరటిలోను ఉండి వింటున్నారు. ఒకటో రెండో సువార్త ఉపన్యాసాలుంటాయి. బహుశా తన మరణం ద్వారా కూడా వన్యా ప్రజలను ప్రభువు వైపు త్రిప్పగలడు. ఆ గ్రామస్థులలో చాలామంది ఇదివరకెన్నడూ క్రైస్తవ వర్తమానం వినలేదు. క్రైస్తవ సమాధి కార్యక్రమం చూడలేదు. తెరువబడిన బైబిలుతో సహోదరుడు చాప్కి శవపేటిక ముందుకు వచ్చి నిలబడేవరకూ సహోదరులు పాడుతూనే ఉన్నారు. పాట చివరి పదాలు నిశ్శబ్దంలో కలిసిపోయాయి. నెమ్మదిగా ఆయన మాట్లాడనారంభించాడు. "ఆయన భక్తుల మరణం దేవుని దృష్టికి ఘనమైనది." చాలామంది స్త్రీలు నెమ్మదిగా ఏడ్వనారంభించాడు. జోహన్న మాత్రం మాట్లాడకుండా, ఆలోచించకుండా కూర్చుంది.

ఊరేగింపు ఆ గ్రామ వీధుల్లోగుండా పోతుంది. ముగ్గురు యువకులు వాక్యాలు అట్టలమీద వ్రాసి ఊరేగింపులో మోసుకొని వెళ్తున్నారు. మొదటిది, "బ్రతుకుట క్రీస్తే, చావైతే లాభం"; రెండవది, "ఆత్మను చంపనేరక దేహమునే చంపువారికి భయపడకుడి. గాని ఆత్మను దేహమును కూడా నరకములో నశింపజేయగల వానికి మిక్కిలి భయపడుడి"; మూడవది, "దేవుని వాక్యము నిమిత్తమును, తాను ఇచ్చిన సాక్ష్యము నిమిత్తమును వధింపబడినవారి ఆత్మలను బలిపీఠము క్రింద చూచితిని."

ఈ విధంగా వారు వాక్యాలు వ్రాసిన అట్టలు మోసికొనిపోవుట వల్ల వారు బహిరంగంగా చెప్పలేని మాటలు ఆ అట్టలమీద అందరికీ బాగా కొట్టవచ్చినట్లు కనిపిస్తున్నాయి.

వన్యా దేవుని వాక్యం విషయమై హతసాక్షి అయినాడని విశ్వాసులు అందరికీ అర్థమైంది. ఈ వాక్యాలు విశ్వాసేతరులకు కూడా ఆ విషయాన్ని ప్రచురపరుస్తున్నాయి.

సెలవులకు వచ్చినపుడు వన్యా తీయించుకొన్న పెద్ద ఫోటో ఒకటి మోస్తూ వాళ్ళ తమ్ముడు వలాడియా పెట్టెకు ముందుగా నడుస్తున్నాడు. ఆ వన్యా ఫోటోలో అతని ముఖం ఏదో గొప్ప విజ్ఞానాన్ని బోధిస్తున్నట్లు కనిపిస్తుంది చూసేవాళ్ళకు. చనిపోయిన వ్యక్తి కేవలం ఒక యవ్వన సైనికుడు. ఈలాంటి మరణం అసాధారణం కాబట్టి ఆసక్తిగా పొలాల్లోంచి అనేకమంది ఈ ఊరేగింపులో చేరారు.

పాస్టర్లంతా పాడుతూ నడుస్తున్నారు. వారికున్న రెండే బైబిళ్ళు పాస్టర్లలో పెద్దవాడైన ప్యాడార్ గోరెక్టోయ్, అతని సోదరుడు వ్యాట్రా గౌరవంగా మోస్తున్నారు. వారి తెల్లని తలలు, గడ్డాలు ఎండలో ప్రకాశిస్తున్నాయి.

సమాధి దొడ్డి చెట్లక్రింద అందరూ గుంపుగూడారు. చూడడానికి వచ్చినవాళ్లు ఆ ఎండలో ఓర చూపులు చూస్తున్నారు. విశ్వాసులు మరొక పాట పాడారు. పాస్టర్ ఖెలోస్కై బైబిలు తెరిచి ఇంకోసారి బోధిస్తూ, చుట్టూ నిలువబడి వింటున్న కూలి జనాన్నీ, పిల్లలతో నిలువబడ్డ వృద్ధుల్నీ చూస్తున్నాడు.

జరుగుతున్న ఒక్కో విషయంలో ఏదో నిర్ణయాత్మకత కనిపిస్తుంది. విరుగగొట్టబడిన సైనిక ముద్రలు గల మూతను పెట్టెమీద ఉంచి దానిని సమాధి మీదకు దించుతుండగా అకస్మాత్తుగా భర్త చేతిని అందుకుంది జోహన్న. "ఉన్నత గృహమునకు త్వరగా చేర" అన్న పాట పాడుతున్నారు. విశ్వాసులు ఏడుస్తూ, వంగి ఉన్న తన చిన్న బిడ్డల ముఖాలవైపు, వన్యా

స్నేహితుల వైపు బాధగా చూసింది జోహన్న. వాళ్లందరూ వీధుల గుండా పూలమాలలు మోసుకొచ్చి, ఆ కార్యక్రమం అంతం వరకూ వీటిని పట్టుకొని నిలబడ్డారు. శవపేటిక మీదికి మట్టిగడ్డలు వేస్తుండగా వాళ్ళంతా ముందుకు జరిగి సమాధి అంచుల దగ్గర కుప్పలుగా పూలను వేశారు. స్టెఫన్ అనే యువకుడు ఊరేగింపులో "బ్రతుకుట అయితే క్రీస్తే, చావైతే లాభము" అన్న వాక్యాలు వ్రాయబడిన అట్ట పట్టుకొని వెళ్ళాడు. ఆ అట్టను సమాధి దగ్గర నేలలోకి పాతిపెట్టాడు. యువకులు దానివైపు కదలి మౌనంగా మోకరించారు. అంతా నిశ్శబ్దమైపోయింది. సమాధి పెట్టెను లోనికి దించడాన్ని గమనిస్తున్నవారు కూడా నిశ్శబ్దంగా ఉన్నారు. సోషలిస్టు భూమి మీద ఆ సువిశాల ఆకాశం క్రింద యవ్వనులు ప్రార్థన చేయడం ప్రారంభించారు.

☆ ☆ ☆

చివరి మాట

అంత్యక్రియలు ముగిసిన దాదాపు పన్నెండు రోజుల తరువాత వన్యా తల్లిదండ్రులు తమ కథను లోకానికి తెలియజెప్పడం ప్రారంభించారు. వన్యా మరణాన్ని గూర్చి తల్లిదండ్రులు ఇరుగుపొరుగులు వ్రాసిన వాఙ్మూలాన్ని మొదట మాస్కో ప్రభుత్వ అధికారులకు పంపి, ఈ విషయంలో తగిన రీతిగా వెంటనే ఆచూకీ తీసి ఇద్దరు క్రైస్తవ డాక్టర్లతో కూడిన ఒక బృందం శవపరీక్ష జరిగించాలని కోరారు.

దానికి వెంటనే ఏ విధమైన జవాబు రాలేదు. అప్పటికప్పుడే కెర్చిలో వన్యా యొక్క 61968 T నంబరు యూనిట్ విచ్ఛిన్నమైపోయింది. దానిలోని సైనికులను సోవియట్ యూనియన్‌లోని వివిధ స్థలాలకు పంపేశారు. ఎక్కడా వారిలో ఇద్దరు సైనికులను కలిసి ఉండకుండా ఏర్పాటు చేశారు.

కొలొనెల్ మాల్సిన్‌గారి కుమారుడు బండిలోనుండి పడి గాయాలవల్ల మరణించాడు.

గెలీనా మాల్సిన్ ఒక మానసిక చికిత్సా సంస్థకు అప్పగించబడింది.

మాల్సిన్‌ను అతని పదవి నుండి పెరికివేశారు. తాను దేవునిచేత శిక్షింప బడుతున్నాననే తలంపు అతణ్ణి చుట్టుముట్టి కలవరపరచినట్టు చెప్పబడింది.

సి.సి.ఐ.సి.బి. అనే సంస్థ ఖైదీల బంధువుల సమాఖ్యకు సంబంధించి ఈ నియంతృత్వాన్ని గురించి తన రహస్య పత్రికల ద్వారా విశేషంగా ప్రచురించింది. లెనిన్‌గ్రాడ్‌నుండి సైబీరియా వరకూ అనేక స్థలాల నుండి అనేకమంది తమ విచారాన్ని వ్యక్తపరుస్తూ అనేక ఉత్తరాలు వన్యా కుటుంబానికి వ్రాశారు. అతి త్వరితంగా ఈ విషయం పశ్చిమ దేశాలకు వ్యాపించి, దాదాపు ముప్ఫయి దేశాల్లో మత సంబంధమైన,

సాధారణమైన పత్రికలలోను ప్రచురించబడింది. అయితే సోవియట్‌వారు ఆ నేరారోపణలు పూర్తిగా అసత్యమని ఖండించారు.

ఈ సంఘటనలు తెలియజేసిన విశ్వాసులు ఖైదు చేయబడి శిక్షించ బడ్డారు. స్వెర్ట్‌తోవ్స్క్ లోని ఇద్దరు పాస్టర్లు న్యాయస్థానానికి కొనిపోబడ్డారు. వారిలో ఏ ఒక్కరూ ఏమీ చెప్పకపోయినా ఒక కూడికలో వన్యా శవం ఫోటో చూపించినందుకు అరెస్టు చేయబడ్డారు. ఎక్కడో ఉన్న పోలెండు దేశంలో కూడా కొందరు ఈ విషయాలను ప్రస్తావించగా ఇరవై ఇద్దరు అరెస్టు చేయబడినట్టు విశ్వాసులు చెప్పారు.

వన్యా చరిత్రకు సంబంధించిన కాగితాలు, ఉత్తరాలు, టేపులు మొదలైన వాటికోసం విశ్వాసుల గృహాలు, ప్రార్థనా మందిరాలు తరుచుగా గాలింపబడ్డాయి. మాల్దేవియాలోని కొన్ని ప్రాంతాలలో అత్యాసక్తి గల సోవియట్ ఏజెంట్లు మోషియేవ్ (రష్యన్ భాషలో మోషే) అనే పదం కనబడి నందుకు విశ్వాసుల బైబిళ్ళనుండి ధర్మశాస్త్రం యొక్క ఐదు గ్రంథాలను (ఆదికాండం నుండి ద్వితీయోపదేశకాండం వరకు), మరియు మోషే ప్రస్తావన వచ్చినచోటెల్లా దానిని వారు చించివేశారు.

1972 సెప్టెంబరు మధ్య ప్రాంతంలో, అంటే సమాధి చేయబడిన యాభై రెండు రోజులకు విచారణ సంఘం వాలంట్రివోకా గ్రామానికి వచ్చింది. ప్రకటనలో సంతకం చేసిన ప్రతివ్యక్తిని అడ్డ ప్రశ్నలు వేయడంతో విచారణ ప్రారంభమైంది. అవిశ్వాసులైన వారంతా భయపడిపోయి వన్యా శవాన్ని అసలు చూడలేదనీ, దాని విషయం ఏమీ మాట్లాడలేదనీ చెప్పారు.

ఆ మరుసటి దినం వన్యా శవం బయటకు తీయబడింది. అతని తల్లిదండ్రుల్ని, సోదరుణ్ణి మాత్రమే దానిని చూడనిచ్చారు. కోరిన ప్రకారం క్రైస్తవ డాక్టర్లు లేని ఆ బృందం శవాన్ని తిరిగి పూడ్చిపెట్టక పూర్వం గుండెను, దాని చుట్టూ ఉన్న చర్మాన్ని తీసుకున్నారు.

కమిషన్‌వారు తెలుసుకొన్న విషయాలు మాత్రం ఎన్నడూ బహిరంగంగా ప్రచురింపబడలేదు. వన్యా క్రైస్తవ స్నేహితుడైన సెర్గెయ్ గురించి తెలిసిన కడపటి వర్తమానం ఇది. ఇతడు కూడా సైనిక శిక్షణ కాలం చివరి దినాల్లో హింసించబడుతున్నాడనీ, దిద్దుకోవడానికి చివరి గడువునిస్తున్నారనీ తెలిసింది.

విశ్వాసియైన మరొక మోషియేవ్ కుటుంబికుడు మళ్ళీ ఇప్పుడు ఎర్రసైన్యంలో ఉన్నాడు.